ఇంటింట సరస్వతీ పీఠం
సంప్రదాయ సాహితీ - 21

కనుపర్తి అబ్బయామాత్య ప్రణీతము

అనిరుద్ధ చరిత్రము

సరసోపాయనము :
యామిజాల పద్మనాభస్వామి

గౌరవ సంపాదకులు
బొమ్మకంటి వేంకట సింగరాచార్య
బాలాంత్రపు నళినీకాంతరావు

ఎమెస్కో సంప్రదాయ సాహితి

అనిరుద్ధ చరిత్రము
కనుపర్తి అబ్బయామాత్య

ముద్రణ : అక్టోబరు, 2013

ముఖచిత్రం : బాపు

మూల్యం : రూ.50/-

ISBN : 978-93-83652-35-8

ప్రింటర్స్ : సాయిలిఖిత ప్రింటర్స్, హైదరాబాదు.

ప్రచురణ
ఎమెస్కోబుక్స్
ఏలూరు రోడ్డు,
విజయవాడ – 2.
e-mail : emescobooks@yahoo.com,
www.emescobooks.com

పంపిణీదారులు
సాహితి ప్రచురణలు
29–13–53, కాళేశ్వరరావు రోడ్డు,
సూర్యారావుపేట, విజయవాడ – 2.
ఫోన్ : 0866-2436643
e-mail: sahithi.vja@gmail.com

విషయానుక్రమణిక

ప్రథమాశ్వాసము 47-74

(అవతారిక : ఇష్టదేవతా స్తుతి (47), కవీంద్ర పురస్కృతి (48), కుకవి తిరస్కృతి (49), భగవదంకిత కావ్య ప్రశస్తి (49), కవికి స్వప్నమున మంగళాచల నృసింహస్వామి యనుగ్రహము (51), కవి వంశ ప్రశస్తి (52), కృతిపతి మంగళాద్రీశుని మాహాత్మ్యము (53), షష్ఠ్యంతములు (56).

కథాప్రారంభము : సూతముని కథనము (57), ద్వారకాపురీ వర్ణనము (58), శ్రీకృష్ణ ప్రాభవము (64), ప్రద్యుమ్న విలాసము (64), అనిరుద్ధుని యభ్యుదయము (64), అనిరుద్ధుని యందచందములు (65), రుక్మలోచన రూపసంపద(67), రుక్మలోచనానిరుద్ధుల వివాహ వైభవము (68), నవ దంపతుల శృంగారకేళి (71), ఆశ్వాసాంత పద్య గద్యములు (73).

ద్వితీయాశ్వాసము 75-105

శోణపుర వైభవము (76), బాణాసురునకుఁ బరమ శివానుగ్రహము (76), స్థాణునితో బాణుని కదన కుతూహలము (77), ఇందుధరుని మందలింపు (78), ఉషాకన్య సౌందర్య సౌకుమార్య వర్ణనము (79), ఉషాబాల కలాభిజ్ఞత (82), వసంతశోభ (82), వనవిహార క్రీడ (84), ఉషాకన్య కలలో మోహనాంగుని ప్రణయ కలాపము (88), ఉషారమణి విరహతాపము (90), మంత్రి కుమారి చిత్రరేఖ

4

యుప నూరడించుట (93), ఉష చిత్రరేఖకు దెల్పిన స్వప్న ప్రేమోదంతము (94), చిత్రరేఖ చిత్రకళా నైపుణ్యము (95), అనిరుద్ధుని చిత్రపటమును గాంచి యుప మేలుపడుట (101), ఆశ్వాసాంత పద్య గద్యములు (104).

తృతీయాశ్వాసము   **106-134**

సూర్యాస్తమయ వర్ణనము (107), అంధకార వర్ణనము (108), తారకా వర్ణనము (109), చంద్రోదయ వర్ణనము (110), మన్మథుని దండయాత్ర (111), ఉషకు జెలుల శైత్యోపచారములు (112), మదనోపాలంభనము (113), చంద్రోపాలంభనము (113), మలయపవనా ద్యుపాలంభనము (114), యోగ మహిమచే జిత్రరేఖ ద్వారకా ప్రవేశము (114), సమ్మోహన విద్యా ప్రభావముచే జిత్రరేఖ యనిరుద్ధు నపహరించుట (116), ఉషను గాంచి యనిరుద్ధు డనుర క్తుడగుట (118), ఉషానిరుద్ధులు సమ్మదాంబుధి నోలలాడుట (121), ప్రభాత వర్ణనము (124), ఉష గర్భధారణము (128), అంతఃపురద్రోహిని బంధింప బాణుని యాదేశము (129), అనిరుద్ధు దుక్కురక్కసుల నుక్కడంచుట (130), బాణాసురునకు అనిరుద్ధుడు పట్టువడుట (131), ఉషాకాంత దురంత సంతాపము (132), ద్వారకలో అనిరుద్ధుని యన్వేషణము (133), ఆశ్వాసాంత పద్య గద్యములు (133).

చతుర్థాశ్వాసము   **135-158**

ద్వారకకు నారద మునీంద్రుని యాగమనము (135), నారదుడు శ్రీకృష్ణునకు అనిరుద్ధుని వృత్తాంతమును నివేదించుట (138), శోణపురిపై శ్రీకృష్ణుని సమరయాత్ర (139), సంగర రంగమున బాణునకు బరమశివుని సాహాయ్యము (144), హరిహరుల భీకరాహవ కేళి (147), శ్రీకృష్ణుని సమ్మోహనాస్త్ర ప్రభావము (151), బాణాసురుని కదన విక్రమము (153), కోటరి రాక్షసి వికృత చేష్ట (155), శాంభవ వైష్ణవ జ్వరముల సంరంభము (155), శాంభవ జ్వరము కావించిన శ్రీకృష్ణ స్తవము - దండకము (156), ఆశ్వాసాంత పద్య గద్యములు (158).

పంచమాశ్వాసము   **159-183**

శ్రీకృష్ణ బాణాసురుల భీషణాహవము (160), బాణునిపై శ్రీకృష్ణ సుదర్శనాయుధ ప్రయోగము (161), శివుడు కావించిన కేశవ ప్రస్తుతి (162),

బాణుడు శ్రీకృష్ణుని సన్నుతించ యయాతి నిరుద్ధుల నప్పగించుట (163), వియ్యాలవారికి బ్రియోపచారములు (164), ఉషానిరుద్ధులకు వీడుకోలు (168), ద్వారకకు ఉషానిరుద్ధుల యాగమనము (169), పురకాంతల పూలజల్లులు (170), అనిరుద్ధుని దక్షిణ నాయకత్యము (173), ఉషాసుందరికి కుమారోదయము (174), వ్రజకుమారుని శైశవ క్రీడలు (175), నారదముని వ్రజుని సాముద్రికా శుభ లక్షణములను గొనియాడుట (177), ఫలశ్రుతి (182), ఆశ్వాసాంత పద్య గద్యములు (182).

తెలుగు విందు మరొక్కమారు

వెయ్యేళ్ల తెలుగు సాహిత్యంలో స్వర్ణయుగంగా కీర్తించబడ్డ ప్రబంధయుగానికి చెందిన అపూర్వ కావ్యాలను, ఆ యుగానికి ముందు వెనకలుగా వచ్చిన మరికొన్ని మేలిమి కావ్యాలతో కలిపి ఎమెస్కో సంప్రదాయ సాహితి పేరిట గతంలో రసజలోకానికొక తెలుగు విందుని అందించటం సుప్రసిద్ధమే. ఏళ్లు గడిచినా తీపి తరగని ఆ విందుని తెలుగువారికి ఎమెస్కో మరొక్కమారు వడ్డిస్తోంది. శ్రీనాథునితో మొదలుకుని సారంగు తమ్మయదాకా ఇందులో చోటు చేసుకున్న కవులు పదిహేను, పదహారు శతాబ్దాల్లో ఆంధ్ర సాహిత్యాన్ని సుసంపన్నం చేసిన సాంస్కృతిక నిర్మాతలు.

ఈనాడు కొత్తగా సాహిత్యక్షేత్రంలో అడుగుపెట్టే యువతీయువకులకు ప్రాచీన సాహిత్య ద్వారాలు దాదాపుగా మూసుకుపోయాయనే చెప్పాలి. ప్రాచీన తెలుగు సాహిత్యాన్ని ఒక అధ్యయనాంశంగా విశ్వవిద్యాలయాల్లో చదువుకునే కొద్దిమంది విద్యార్థులు మినహా కొత్తతరం సాహిత్యపిపాసులకి ప్రాచీన సాహిత్యంవైపు దివిటీ పట్టే చూపే మార్గదర్శీ లేదు, ఆ సాహిత్య జ్యోతుల కాంతులవైపు విప్పుకునే నేత్రాలూ లేవు.

నాకు తెలిసి ఇటువంటి అవస్థ ప్రపంచంలో మరే సాహిత్యానికీ లేదు. ప్రాచీన తాంగ్ రాజవంశాల కాలంలో వికసించిన అపూర్వ చీనా కవిత్వానికి ప్రపంచానికి పంచివ్వడానికి కమ్యూనిస్టు చైనాకి ఎటువంటి అభ్యంతరం లేకపోయింది. ప్రాచీన సంగం కాలంనాటి పంచమహాకావ్యాలగురించి చెప్పుకోవడానికి ఏ తమిళుడైనా ఉవ్విళ్లూరుతాడు. షేక్స్పియర్ విషాదాంత నాటకాల్లో ఈర్ష్యా, లోభ, మోహ, మదోన్మత్తులైన రాజకుటుంబీకుల గురించి మాత్రమే ఉంది కనుక, వాటిని చదివి ప్రయోజనం లేదని ఏ సాహిత్య విద్యార్థీ కూడా భావించి ఉండడు. జీవితకాలంపాటు కులీన విలువల్ని అన్వేషిస్తూ, వాటిని పైకెత్తి చూపేరచనలు చేసిన పుష్కిన్ సాహిత్యం 'ఆరంభాలకే ఆరంభం' అని ప్రస్తుతించడానికి మాక్సిమ్ గోర్కీకి ఏ సంకోచమూ లేకపోయింది. కాని ఒక్క తెలుగు సాహిత్య ప్రపంచంలో మాత్రమే ఆధునిక తెలుగు యువతరానికి, ముఖ్యంగా విద్యాధికులకు శ్రీనాథుడెవ్వరో, పెద్దన ఎవ్వరో, పారిజాతాపహరణ కావ్యమేమిటో తెలియకుండానే ఆ కవులపట్ల, ఆ కావ్యాలపట్ల ఎంతో చిన్నచూపు.

ఒక కవి ఆనాటి సాంఘిక పరిస్థితులపట్ల ఎటువంటి సమ్మతిని లేదా అసమ్మతిని కనబరిచాడు అనేదాన్ని బట్టి ఆ కవిని అంచనా వెయ్యడం సాహిత్య విమర్శనలో రెండవరకం అనుశీలన. అంతకన్నా శ్రేష్టమైన పరిశీలన, ఆ కవి అభివ్యక్తి పరిశీలన. ఆ కవి తన జీవలక్షణాన్ని మనకు ఎంత 'అపూర్వంగా, హృద్యంగా' తెలియపర్చాడన్నది.

అంతమాత్రాన ప్రాచీన తెలుగుసాహిత్యం ప్రాచీన సమాజాన్ని ప్రతిబింబించలేదని కాదు. ఆయా కాలాల్లో సంభవించిన సాంఘిక - రాజకీయ - సాంస్కృతిక పరిణామాల్ని

ప్రతిబింబింపగంలో ప్రాచీన తెలుగు సాహిత్యం ఎంతో చలనశీలంగా, సంస్పందనశీలంగా, సజీవంతంగా గోచరిస్తుంది.

ఇంకా చెప్పాలంటే ప్రాచీన తెలుగు సాహిత్యం అర్థంకాకుండా ప్రాచీన ఆంధ్రదేశ చరిత్ర మనకి బోధపడదని కూడా అనాలి. పదిహేనో శతాబ్ది ప్రారంభంలో సంస్కృత నైషధాన్ని అనుసృజిస్తూ శ్రీనాథుడు దానికి శృంగార నైషధం అని ఎందుకు పేరు పెట్టాడో, పదహారవ శతాబ్దిలో శ్రీకృష్ణదేవరాయలు తన ఆముక్తమాల్యదలో 'తృణీకృతదేహుడైన' మాలదాసరి కథని ఎందుకంత ఉత్కృష్టంగా చెప్పాడో అర్థం కావాలంటే ప్రాచీన చరిత్ర, తాత్త్విక భావధోరణులపట్ల అవగాహన తప్పనిసరి. చరిత్ర, సాహిత్యం, తత్త్వశాస్త్రాల సమగ్రమైన మేళవింపుతో చక్కని తెలుగు సాహిత్యానుశీలన కూడా ఇంకా రావలసే వుంది.

యూరోప్‌లో సాంస్కృతిక పునరుజ్జీవన నిర్మాతల్లో ఒకడూ, సుప్రసిద్ధ చిత్రకారుడూ అయిన లియోనార్డో డావిన్సీ చిత్రకళ గురించి రాస్తూ ఒక రసజ్ఞుడు డావిన్సీ సమస్య కేవలం మానవత్వ మహిమను చిత్రించడమే కాక, ఆ చిత్రాలు కాలంతాకిడికి చెడిపోకుండా భద్రపరచడమెలా అన్నదికూడా అని అన్నాడు. ప్రబంధయుగపు ప్రతి కవీశ్వరుడికీ కూడా ఆ మాట వర్తిస్తుంది. ప్రతి ఒక్క కవీ తన కావ్యానికీ శాశ్వతత్వం సిద్ధింపచేయడమెట్లా అన్న అన్వేషణతోనే కావ్యసృజనకి పూనుకున్నాడని మనకి తెలుస్తూనే వుంటుంది. తన సృజనకి కేంద్రబిందువు ఏదన్న అన్వేషణ కవిదైతే, తన రాజ్యానికి ఆధారప్రాతిపదిక ఏదన్న అన్వేషణ రాజుది.

దేహాన్ని నిరాకరించిన ధర్మాలు ఒకవైపూ, దేహమే ఆలంబనగా వికసించిన వివిధ జీవితవృత్తులు మరొకవైపూ ఆనాటి ప్రజానీకాన్ని సంక్షుభితమొనర్చాయి. తమ కావ్యాలకీ, రాజ్యాలకీ కూడా – ధర్మమా, దైవమా, దేహమా– ఏది ప్రాతిపదిక అన్న మీమాంసలో పూర్ణభక్తి ఒక పక్కా, పూర్ణ శృంగారం మరొకపక్కా రెండు తలుపులు తెరిచి నిలబడ్డాయి. ఈ కల్లోలాన్ని ప్రతి ఒక్క కవీ ముందు తనకైతాను, తనకోసం తాను సమన్వయించుకునేందుకు చాలా సంగ్రామమే చేసాడు. యుగధర్మానికి అద్దం పడుతూనే శృంగారాన్నీ, నిర్వేదాన్నీ సమన్వయించుకోవడంలో అసమాన ప్రతిభను చూపినందువల్లనే అల్లసాని పెద్దన ఆంధ్ర కవితా పితామహుడయ్యాడు.

దేహానికీ, దైవానికీ మధ్య జరిగిన సంగ్రామాన్ని ఒకప్పుడు ప్రాచీన గ్రీకు నాటకకర్తలు సొఫొక్లిజ్, యురిపిడిస్ వంటివారు అజరామరంగా చిత్రించారు. సాహిత్యకౌశల్యంలో, వస్తువివేచనలో, అభివ్యక్తి గాఢతలో ఆ సాహిత్యానికి దీటుగా ప్రపంచ సాహిత్యంలో నిలబడజాలింది మన ప్రబంధ సాహిత్యం.

ఆలోచించండి, ఆస్వాదించండి.

హైదరాబాద్ — **వాడ్రేవు చినవీరభద్రుడు**

8, నవంబరు, 2005

ప్రకాశిక

మన ప్రాచీన సాహిత్యంపట్ల ఆధునిక సాహిత్య రసజ్ఞుల ఆసక్తిని, అభిరుచిని, పునరుజ్జీవింప జేయటం అవసరమనీ 'దేశ భాషలందుతెలుగు లెస్స' అన్న అనుపమ ఖ్యాతికి ప్రధాన హేతువులైన ప్రాచీనకావ్యాల పరిచయం నవ సాహిత్యకులకు ఆవశ్యకమనీ, దానివల్ల వారిసాహితీ రసజ్ఞత పరిపుష్టమై తెలుగు పలుకుబడుల ఒడుపులు, ఒయ్యారాలు వారు చక్కగా గ్రహించి ఆనందించగలరనీ విద్వన్మిత్రులు చేసినసూచనలను దృష్టిలో ఉంచుకొని తెలుగు సాహిత్యంలో సువిఖ్యాతాలైన21 కావ్యాలను ఇదివరిలో ఎమెస్కో సంప్రదాయ సాహితిలో వెలువరించడం జరిగింది.

వివిధ పత్రికలలో వెలువడిన సమీక్షలు, సాహితీ ప్రియులెందరో పంపిన అభినందన లేఖలు, అన్నింటికన్నా ఈ పుస్తకాలు చురుకుగా పంపకం అవటంలో పాఠకులు, పుస్తక విక్రేతలు చూపించినఉత్సాహం ఈ ప్రచురణల అగత్యాన్ని, ఆదిలో సాహితీ హితైషులైన విద్వాంసులు చేసిన సూచనలోని ఔచితిని నిస్సంశయంగా నిరూపించినది.

సంప్రదాయ సాహితీ ప్రచురణలను అభినందించిన కొందరుమిత్రులు మాకు కొన్ని సూచనలు కూడ చేశారు. ఈ కావ్యాలు టీకాతాత్పర్యాలతో ప్రచురిస్తే చాలినంత భాషాజ్ఞానం లేని పాఠకులకు కూడఉపయోగకరంగా ఉంటాయని కొందరూ, కనీసం కొన్ని కఠిన పదాలకైనా అర్థాలు (లఘుటీక) ఇవ్వడం మంచిదని మరికొందరూ సలహాలిచ్చారు. పీఠికలు ఆయా కవుల్ని గురించి ప్రత్యేక కృషి చేసిన పలువురు విద్వాంసులచేత వ్రాయించటం మంచిదన్నది మరొక సలహా. ఈప్రచురణల యందు ఆదరభావంతో చేసిన ఈ సూచనలకు కృతజ్ఞులం. అయితే ఈ ప్రచురణల ఆశయం సాధ్యమైనంత తక్కువ వెలకు, సులభంగా చేతబట్టి

చదువుకొనటానికి వీలయిన, ముచ్చటైన చిన్ని సంపుటాలుగా, ముఖ్యంగా నవసాహిత్యకులకు అనువుగా, విస్తృతంగా పంపకంచేయటం అని ఆదిలో మేము చేసిన వివరణ దృష్ట్యా ఈ సూచనలఆచరణీయతను పరిశీలించవలసి వుంది.

ఇంతవరకు "సంప్రదాయ సాహితి' పరంపరలో వెలువరించిన ప్రముఖ కావ్యాలు: 1. మనుచరిత్రము 2. వసుచరిత్రము 3. ఆముక్తమాల్యద 4. పాండురంగ మాహాత్మ్యము 5. శృంగారనైషధము 6. పారిజాతాపహరణము 7. శ్రీకాళహస్తి మాహాత్మ్యము 8. ప్రభావతీ ప్రద్యుమ్నము 9. విజయవిలాసము 10. హరవిలాసము 11. శృంగారశాకుంతలము 12. మొల్ల రామాయణము 13. వైజయంతీ విలాసము 14+15. కళాపూర్ణోదయం (రెండు భాగములు) 16. బిల్హణీయము17. అహల్యా సంక్రందనము 18. రాధికా సాంత్వనము 19. శశాంకవిజయము 20. క్రీడాభిరామము 21. అనిరుద్ధ చరిత్ర.

ఈ ప్రచురణలకు సదా మీ సహకారం ఆశిస్తూన్న

భవదీయుడు,

దూపాటి విజయకుమార్.

సరసోపాయనము

యామిజాల పద్మనాభస్వామి

ఇది యిలాగు వ్రాయాలని ముందు ప్రణాళిక వేసుకుని కొందరు గ్రంథాలు వ్రాస్తారు. హృదయములో తోచినదాన్ని చేతికి రావించి వచ్చినది వచ్చినట్టు వ్రాసేవారు కొందరుంటారు. మొదటిది క్రమబద్ధం. రెండవది కరబద్ధం. అనిరుద్ధ చరిత్ర మొదటి పద్ధతికి చెందుతుంది.

కవి- 'ముఖే ముఖే సరస్వతీ' అనే సూక్తికి అచ్చంగా ఉదాహరించ తగిన సరస్వతీ సువిలాస రస ప్రసారం ప్రవాహసారంగా కలవా డనడానికి సందేహం లేదు. ఆ విషయం ముస్మొందు కాస్త నివేదిస్తాను.

మన-అంటే తెలుగువారమైన మన జాతికి జాతిరత్నం వంటి నన్నయగారినీ దివ్య మణిదీపం వంటి తిక్కమఖినీ-యిలా ఆత్మదర్శనాన్ని పొందిన అదృష్టవంతులను వారి లౌకిక జీవిత విశేషాలతో తెలుసుకోవాలని మన కెంతో కోరిక. కాని ఆ కోరిక అలాగే ఉండి పోతూంది. కారణం? సాక్ష్యాధారాలు సరిగా దొరకవు. దొరికినవి అతుకుల బొంతలు, కొన్ని ఆకున అందవు పోకను పొందవు, అలాగే కనుపర్తి అబ్బయామాత్యుని జీవిత విశేషాలు, జననకాలంతో సహా.....'ఆహా' అంటే 'ఓహో''అలాగనా' అని అనుకోవలసిందే, పద్ధెనిమిదో శతాబ్దం పూర్వార్థములో ఉండేవాడని వీరేశలింగం పంతులవారి కవుల చరిత్ర చెప్తూంది. కవి తన వంశాన్ని గురించి యిల్లా చెప్పుకున్నాడు :

నిండు మనంబు సత్యమును
　　నీతియు శాంతము గల్గి కీ ర్తిమం
తుండయి భోగభాగ్యములతో
　　చెలువొందుచు కొండవీటి భూ

మండల నాయకుల్ మిగుల
　　మన్ననసేయఁగ పెంపుమీఱె స
త్పండితుఁ డబ్బమంత్రి, కను
　　పర్తి పురాన్వయ వార్ధిపూర్ణచం
ద్రుండని లోకులందఱు నె
　　ఱుంగుటకున్ నుతిసేయనేటికిన్. (అవ. 29)

అమ్మహాత్ముని గేహినియైన పుణ్య
వతికి లక్ష్మాంబ కుదయించె సుతయుగంబు
మహితగుణశాలి రాయనమంత్రివరుఁడు,
నిరుపమ గుణోజ్జ్వలుండగు నిమ్మఘనుఁడు (అవ. 30)

ధీనిధి రాయనమంత్రికి
మానవతీమణికి నరసమాంబకు జననం
బైనార మిరువురము, యో
గానందుఁడు నబ్బనార్యుఁ డనఁదగు నేనున్ (అవ. 31)

ఈ అబ్బయామాత్యుని వంశచరిత్రను గూర్చి 1929 లో వావిళ్ళవారు ప్రకటించిన కవిరాజమనోరంజనము అనే పురూరవశ్చరిత్రకి పీఠిక వ్రాసిన శేషాద్రి రమణకవులు కొంత వ్రాశారు. దానిలో వంశవృక్షం కూడా యిచ్చారు.

అబ్బయామాత్యుని వంశీయులు గుంటూరు మండలానికి చెందిన కొండవీటి మండలేశ్వరులకు మంత్రులుగా ఉండేవారు. ఆ రాజుల అనుగ్రహంవల్ల 'కనుపర్తి' అనే పురాన్ని సర్వాధికారాలతో పొంది అందు నివసిస్తూ ఉండేవారు. అబ్బయామాత్యుని వంశానికి చెందిన వారు నేటికీ కనుపర్తిలో ఉన్నారు. బుక్కపట్టణం కూడా కనుపర్తి వారిదే అని అబ్బయకవి చెప్పుకున్నాడు. కనక సంపన్న గృహస్థులు గానే ఉండేవారని భావించవచ్చు.

అంకితం

కవి ఆరువేల నియోగిశాఖీయుడు. తల్లి నరసమాంబ, తండ్రి రాయనమంత్రి. అన్న యోగానందుడు. ఈయన మంగళగిరిలో వేంచేసి ఉన్న పానకాల నరసింహస్వామి వారిని ఉపాసించి చక్కని వాక్కూ, శాస్త్ర వైదుష్యమూ

సంపాదించాడు. తను వ్రాసిన రెండు గ్రంథాలూ శ్రీ నరసింహస్వామివారికే సమర్పించి ధన్యుడయాడు. నరస్తుతి చేయరాదనే ఉద్దేశముతో-

భగవంతుని సద్గుణములు
పొగడు వివేకంబె తమ కపూర్వైశ్వర్యం
బగుట, నరస్తుతి సేయరు
జగతిన్ సత్కవులు తుచ్ఛ సంపదకొఱకై (అవ.17)

షడ్గుణైశ్వర్య సంపన్నుడైన సర్వేశ్వరుని గుణకీర్తనం చెయ్యడమనే ఎఱుకే అపూర్వమైన ఐశ్వర్యం. అలాటి ఐశ్వర్యం లభించిన జ్ఞానులు 'తుచ్ఛసంపద' కోసం నరస్తుతి చెయ్యరు, చెయ్యకూడదు. అని ఆయన స్వతంత్రతాస్ఫోరకంగా చెప్పాడు, అయితే యీ మార్గాన నడచినవారు అంతకు ముందుగాని తరువాతగాని ఎందరున్నారు? అంటే చాలా తక్కువ లెక్కలోనే ఉంటారని చెప్పవలసి ఉన్నది.

పూర్వులలో పోతనామాత్యుడు ఈ త్రోవ చూపిన ఆద్యసత్కవి. 'మనుజేశ్వరాధములకు' కృతులివ్వడం, 'కాలుచే సమ్మెట వ్రేటులు' తినడం..... ఎందుకు వచ్చిన బాధ అని, సమ్మతితో శ్రీహరి కిచ్చాడు తన భాగవతాన్ని.

తరువాతివారిలో సంకుసాల నృసింహకవి తన కవికర్ణరసాయనము అనే మాంధాతృచరిత్ర కృతిని శ్రీరంగనాథునకు అంకితము చేశాడు. ఆమహాకవి 'ప్రభుదురాత్ముల నెవ్వాడు ప్రస్తుతించు' అని ఘాటుగా ఒక పోటు పొడిచాడు రాజులనూ, వారికి అంకితమిచ్చే కవులనున్నూ.

ఆ బాటలోనే పయనించాడు ధూర్జటి మహకవి. కృతులను నరాంకితాలు చేయక, భగవదంకితాలు చేసిన స్వతంత్ర ప్రవృత్తి గల కవులు, ఉషఃకాలంలో ఉదయించిన నక్షత్రాల్లాగా స్వల్పసంఖ్యలోనే ఉన్నారు. అయితే ఆదికవి నన్నయ, తిక్కమణి, ప్రబంధ పరమేశ్వరుడు, కవిసార్వభౌముడూ-ఇలాంటి పెద్దలందరూ తమ కావ్యాలను రాజుల కివ్వలేదా? అనే ప్రశ్న వస్తే సమాధానం ఏమిటీ? అంటే, ఏమీ లేదు. ఆ రాజులు దేశాన్నీ, భాషనూ , మతాన్నీ పోషించిన వివేకులు కనక వారి ఆశలను, ఆశయాలనూ కాదనలేక సద్బుద్ధితో ఆయాకవులు తమ కావ్యాలను వారికి ఇచ్చారని చెప్పడానికి అవకాశం ఉంది...... ఇంతకీ చెప్పవచ్చేదేమంటే కనుపర్తి అబ్బయామత్యుడు స్వతంత్ర ప్రవృత్తి గలవాడనిన్నీ, ఏ రాజుకో కృతినిచ్చి దానితో ఆ రాజుకి కీర్తి కలిగించేకంటే రాజరాజేశ్వరుడైన

సర్వేశ్వరునకు కృతిని సమర్పిస్తే ఉభయతారకం అనే వివేకం కలవాడనిన్నీ మనం గ్రహించవలసి ఉన్నది.

వినయశీలి

అబ్బయామాత్యుడు వినయం గలవాడు అంత చక్కని కవిత గలవా డింత వినయం కలవాడా? అని అబ్బురపడవలసి వస్తుంది.

కాళిదాసాదులకునైన కలవు తప్పు
లనిరి పెద్దలు, మాదృశు లనఁగ నెంత?
తప్పు గల్గిన దిద్దుడు మెప్పుగాను
బాలునకు బుద్ధినేర్పిన భంగి కవులు. (అవ.10)

ఇది తప్పు, ఇది ఒప్పు' అని బాలుడికి బుద్ధిచెప్పినట్టు, తన కావ్యములో ఏవేనా తప్పులుంటే, 'ఒప్పుగా దిద్దండి' అన్నాడు. ఇంతకన్న వినయంగా చెప్పిన రచయిత నేను చదివిన గ్రంథాలలో ఎక్కడా కనిపించలేదు. ఇంత వినయంగా అంటున్నాడంటే చేతగాని తనమని భావించడాని కవకాశం లేదు. అయితే, యింతలాగా 'తప్పు గల్గిన దిద్దుడీ'- అని అనలేదు గాని, అన్నీ తెలిసిన పెద్దలు 'బాగున్నాదని మెచ్చుకుంటే గాని నా కావ్యంపై నాకు నమ్మకం కుదరదు' అని కాళిదాసే అభిజ్ఞానశాకుంతలంలో చెప్పుకోడం అందరికీ తెలిసిందే. అయినా ఆ పద్యం ఉదాహరిస్తాను. కొందరికి తెలియక పోవచ్చు.

'ఆపరితోషా ద్విదుషాం
న సాధు మన్యే ప్రయోగ విజ్ఞానం
బలవదపి శిక్షితానాం
ఆత్మ న్యప్రత్యయం చేతః'

ఎంత ఓర్పుగా. నేర్పుగా. రచించినా తెలిసిన పెద్దలు సంతోషముతో తలలూపేవరకూ తన కృతిపై సాధుత్వా సాధుత్వాల ప్రసక్తికి మనస్సు వెళ్ళదు. వెళ్ళినా ప్రయోజనం శూన్యం. తన కూతురు చక్కదనాలచుక్క కావచ్చు. కాని యిరుగుపొరుగువా రనాలి ఆ మాట. 'రామాయణంలో శూర్పణఖ ఒక్కత్తే గాని ఆ యింట అయిదుగురు శూర్పణఖలు' అని ఇటూ అటూ ఉన్నవాళ్ళు బిరుదు లిస్తే యింక చెప్పవలసింది లేదు. తిట్టుగానీ, దీవనగానీ లోకంవల్ల వచ్చినదానికే విలువ ఉంటుంది. అయితే పై పద్యములో కాళిదాసమహాకవి బహుచాతుర్యమూ.

గడుసుదనమూ గలవాడనిన్నీ చెప్పవచ్చు. ఏమిటంటారా? 'నాయీ నాటకరచనలో వున్న మంచిచెడ్డలు బాగా చదువుకున్న విద్వాంసులు తప్ప, ఆమాత్రం ఈమాత్రం చదువుకున్న 'అల్లాటప్పాలు' గ్రహించలేరు' అనే ధ్వని వున్నదని నే నను కుంటాను. చాతుర్యమూ, గడుసుదమూ, పైపూతగా అహంకారం కూడా ఉందని అనవచ్చు. మన అబ్బనామాత్యుడు కూడా ఆలాటి చతురుడే అని అనడానికి ఆధారోక్తిగా ఈ క్రింది పద్యం అవధరించండి :

చతుర కవిత్వతత్త్వ పటు
సంపద యెుక్కరిసొమ్ము కాదు, భా
రతిదయ సాధవార్ధి, కవి
రాజుల మానసముల్ ఘటంబు, లా
యతము కొలంది లభ్యమగు
నయ్యమృతం, బటుగాఁ దలంచి, య
ద్యతన కవీంద్రులార ! కృప
దప్పక మత్కృతి నాదరింపుడీ ! (అవ. 9)

అని ప్రారంభంలోనే ఉక్తిమర్యాదగా చతురోక్తిహర్యక్షంగా మనవిచేస్తూ సవాలు చేశాడు.

చతుర కవిత్వసంపద ఒకడు గుత్తకి తీసుకున్నది కాదన్నాడు. నిజమే మరి. దానిని అనుభవించే, ఆనందించే తాహత్తు వారివారి అంతస్తునుబట్టి ఉంటుంది. 'ఆలాటి యోగ్యులే నా యీ కృతిలో రసానుభూతికి ముచ్చటపడండి' అన్నాడు.

రసజ్ఞునీ, తద్వ్యతిరేకినీ లలితమైన చతురోక్తితో, ఎంత లలిత హాసోక్తిగా చెప్పాడో చూడండి.

సుకవుల సూక్తులందు సరసుల్
నెరసుల్ వెదుకంగఁబోరు, మ
క్షిక వితతుల్ వ్రణంబు పరి
కించు గతిన్ కొదవల్ గణించుటల్
కుకవుల నైజబుద్ధి, తెరలో
కథచొప్పున బొమ్మలాడఁగా
నొకకడ హాస్యపుం బ్రతిమ
లుండవె పెక్కులు వెక్కిరించుచున్ ? (అవ.12)

'రసజ్ఞులు సుకవుల సూక్తుల్లో దోషా లెంచరు. అలాటి రంధ్రాన్వేషణం కుకవుల పని. అది వారికి పుట్టెను పుట్టిన బుద్ధి.' దీనికి సూటిగా రెండు దృష్టాంతా లిచ్చాడు. 'ఈగలు ఎక్కడ పుండు ఉన్నదా? అని వెతుకుతూ ఉంటాయి. అలాగే కథని అనుసరించి తెరపై బొమ్మలాడుతూఉంటే. ఒక ప్రక్కగా కేతిగాడులాంటి హాస్యపు బొమ్మలు వికారంగా తలా, కళ్ళూ, కాళ్ళూ, చేతులూ తిప్పుతూ వుంటాయి.'

కుకవులు పుండు వెతికే యీగలకీ, బొమ్మలాటలో వచ్చే కేతిగాడికీ దగ్గరిచుట్టా లన్నమాట.

ఈ పద్యములో 'సుకవుల సూక్తులు' అనే ఆరంభములోనే తెలుస్తూంది-తాను సుకవుల సరసలో చేరినవాడనని చెప్పక చెప్పుకోడం.

కవి ఇష్టదైవం - స్వప్నగాథ

అబ్బనామాత్యుడు మంగళగిరి శ్రీ లక్ష్మీనరసింహస్వామిని సలక్షణంగా ఉపాసించి, ఆ ఉపాసనకి ఫలంగా కవితా పారిజాతాన్ని సంపాదించుకున్నాడు. అంతటివాడు ప్రసాదించినది సామాన్యమవుతుందా? సంగీతమూ, సాహిత్యమూ, రెండూ ఆ పారిజాతానికి రెండు కొమ్మలు. ఆ కొమ్మలు సరసంగా పండిన పంట- 'అనిరుద్ధచరిత్రము' అనే ప్రబంధం........ దీనిని ఆనాటి రసికులైన రాజన్యులూ, సుజనులూ విని బహుమానించారు. దానిలో భావాలు మనోహరాలు. పదాలూ, వాక్యాలూ పారిజాత కుసుమాల్లాగా రసికజన హృదయతర్పణాలు. కావ్యస్వరూప స్వభావాలను ఇంత అందంగా వర్ణించుకున్నాడు. ఆ అందచందాలు ముందు ముందు రుచి చూద్దాం.

అంత చక్కని చిక్కని పదబంధమూ, భావాలూ కల ప్రబంధం వ్రాసి ఆ సర్వేశ్వరునికే సమర్పించాలని అనుకున్నాడు. ఒకనాటి రాత్రి యిష్టదైవమైన లక్ష్మీనృసింహదేవుని దేవాలయానికి వెళ్ళాడు. ముందుగా ఆలయానికి ప్రదక్షిణం చేశాడు. మెల్లగా స్వామి దర్శనానికి గర్భగుడి ప్రవేశించాడు. అక్కడ మోహనాకారుడైన నరసింహమూర్తిని చూశాడు. సాష్టాంగ నమస్కారాలు చేసి నిల్చున్నాడు.

అప్పుడు స్వామి చల్లగా చూసి, "వత్సా! నీకు బాల్యంలోనే కవిత ప్రసాదించాను. అనిరుద్ధచరిత్రము' అనే చక్కని ముచ్చట ప్రబంధముగా వ్రాసి

మాపేర అంకితముచేసేది. అది శ్రేయోవర్దనము" అని సెల విచ్చాడు. అబ్బనకవి ఆనందముతో పొంగిపోయాడు. విశ్వేశ్వరుడు తనంత తాను కావ్యకథ చెప్పి, ప్రబంధముగా వ్రాసి తన కిమ్మని కోరుకున్నాడు. అంతకన్నా కవికి కావలసే దేముంది : అంకితమిస్తే పుచ్చుకున్న కృతిభర్త తృణమో పణమో ముట్టచెప్పాలి కదా! తాను కోరకుండా ఆయనే చెప్పాడు 'శ్రేయోవర్ధనము' అని. నీకు కాపలసే మంచి అంతా దానంతట అదే సిద్ధిస్తుంది - మానవునకింతకన్న కావలసినదేముంది? సర్వేశ్వరుడు ఇచ్చేది సామాన్య ఫలమా? అబ్బనామాత్యుడు అదృష్టవంతుడు. పునః పునః ప్రణామాలు చేశాడు. సెలవు తీసుకున్నాడు. దేవాలయంనుంచి నిజాలయానికి వచ్చాడు.......

ఇదేమిటంటారు? కల! ...... నిజంగా స్వామివారూ, అబ్బనా మాత్యుడూ ఎదురెదురుగా నిల్చి మాటాడుకున్నారనే అనుకుంటాము, కాదు. కల!..... ఎంత తీయని కల! ఇలాంటి కలలు వస్తే ఎంత బాగుండును! అని అనుకోవచ్చు. కాని, అందరికీ ఆ భాగ్యం పట్టుతుందా?

ఇక్కడ ఇంకొక విశేషమేమిటంటే ! ఆయా రాజులు తమ కొలువులో ఉన్న కవులను 'కృతులు వ్రాసి మాకు అంకిత మివ్వండి' అని అడిగినట్టు, సర్వేశ్వరుడు నరసింహస్వామి సామాన్య మానవుణ్ణి కృతి అంకితమిమ్మని కోరుకోడం.

ఈ సందర్భములో అబ్బయకవి తృప్తిని మెచ్చుకోవలసి ఉన్నది. దేవుడు ఇంతకు మున్నెన్నో పూర్వ కవుల ప్రౌఢ కావ్యాలను అంకితము పుచ్చుకొని ఆనందించినవాడు. తన వంటి కించిత్‌జ్ఞునివల్ల కృతిపొందడం ఆశ్చర్యంకాదు. వల్లవీ (గోపికా) శృంగార కేళిలో రసానుభూతి పొందిన ఆ మహానుభావుడు, మధురా నగరిలో గంధం పూసిన కుబ్జని దివ్యసుందరిని చేసి చేరదీసి ఆనంద పరచలేదా? ఇక్కడా శృంగారరసానికే దృష్టాంతములో ప్రాధాన్యమిచ్చాడు కవి.

పానకాల్రాయడు

తన అల్లుడికి దాహం ఇంతా అంతా కాదు. అది ఎందుకు వచ్చిందో ? అని ఎవరైనా అనుకోవచ్చు. దానికి కారణం చెప్తున్నాడు కవి.

తిరుపతి కొండపై విసువులేకండా వడలు తినడం, శ్రీరంగములో కోర్కెతీరా పొంగలి ఆరగింపు, కంచిలో కావలసినన్ని ఇడ్డెనలు భక్షించడం. అళగిరిలో

తృప్తి దీరా దోసెల విందు..... (చూ. ప. అవ. 41) వీటివల్ల ఆయనకి దప్పి పుట్టింది. ఇంత దప్పి తీరడం మాటలతో అయేపనా? మంగళగిరిపై వేంచేసి ఉంటే తీరుతుందనుకున్నాడు. ఆంధ్రదేశములో బంగారంలాంటి చక్కని రంగు గల బెల్లం సమృద్ధిగా ఉంటుందని ఆ మహానుభావుడికి తెలుసు. అందుకే అక్కడ అర్చకులు పవిత్రములైన శంఖాలతో బెల్లపు పానకం స్వామి వారికి నివేదిస్తూ ఉంటారు. ఆ పానకం తాగుతూ దప్పి తీర్చుకుంటూ ఉంటారు నరసింహస్వామివారు. ఆ విధంగా శ్రీవారు 'పానకాల్రాయుడు' అనే బిరుదు పొందారు. ఆ బిరుదు చాలక అబ్బనామాత్యుడు తన అల్లుడికి చాలా బిరుదు లిచ్చాడు.

ముంగిటి కల్ప భూరుహము,
మూలధనంబు నివేశనంబులో,
బంగరువాన, చేతి కగపడ్డ
తలంపుల మానికంబు, ముం
గొంగుపసిండి భక్తులకు
కోర్కులపంట, జగంబులందు మా
మంగళశై లవ ల్లభు సమంబగు
దైవము లేదు చూడగన్. (అవ. 42)

ఇంత పొగడ్తతో అల్లుణ్ణి మంచి చేసుకున్నాడు. ఔను మరి. అల్లుణ్ణి ఇంతవాడని, అంతవాడని పొగడి మంచి చేసుకోడం ప్రతి మామకీ ఎంతో అవసరం....... ఇన్ని శక్తులు కల నరసింహస్వామి వారికి కృతికన్యను సాలంకృత కన్యాదాన పద్ధతి సమర్పించి తను తరించడమే కాక తన వంశాన్నీ, ఆంధ్ర సారస్వతవంశాన్నీ తరింప చేశాడు. ఇక ఆ కృతికన్య స్వరూప స్వభావాలు కొంతకు కొంతగా తెలుసుకొందాము.

కథ-కల

ఈప్రబంధానికి కథ మహాభాగవతంలోనూ, హరివంశంలోనూ ఉన్నది. దానిని బాగా చదివి ఈ ప్రబంధకవి భాగవత కథనే మిక్కిలిగా అనుసరిస్తూ తన కావ్యాన్ని సంతరించుకొన్నాడు. భాగవత కథకీ, హరివంశ కథకీ కొన్ని కొన్ని ఘట్టాలు భేదించి ఉన్నాయి. వాటిసంగతి తరువాత చూసుకుందాము.

అబ్బనామాత్యుడు మాటకారి. అంటే గవ్వలాడించినట్లు, పేలాలు పేలినట్లు వాగుతాడని కాదు ఓర్పుగా, నేర్పుగా, తీర్పుగా మాటాడే వాక్ఛక్తి కలవాడని అనుకోవాలి. ఇందున్న కథ- కల ప్రధానంగా నడచింది. కల నిజమయిన కథే. కవి యీ కావ్యాన్ని రాసేముందు తనకి ఒక కలవచ్చినట్టు చెప్పి, ఆ కలలో తన యిష్టదైవం ప్రత్యక్షమై కృతి యిమ్మని అడగడం.... సామాన్య ధోరణిలో చెప్పిన కల కాదు. కథలాగా చెప్పి, తరువాత కలగాంచినట్లు చెప్పాడు. ఇది వింత పద్ధతి. తన రాయబోయే ప్రబంధకథకూడా కల ప్రధానంగా నడచినదే. దానిని తన కలలో సూచనగా చెప్పాడని భావించుదాము.

ఎంతో అందమైన ఆనందమైన కల. ఉష అదృష్టవంతురాలు. కల యథార్థంగా అనుభవించింది. ఆనందించింది. ఆముద్దరాలి కథ ఒక చక్కని ప్రబంధ మయింది. కలలు చాలా మందికి వస్తాయి. ఇలాటి కలలు రావేమో ! వచ్చినా అవి కలలుగానే కరిగిపోతాయిగాని కథలుగా, కావ్యాలుగా ఒక రూపాన్ని దిద్దుకొని నలుగురి చేతుల్లోకిరావు. ఇంకోమాట- అలాటి కల వచ్చి ఫలించడానికి ఎందరు ఉషలు ఉన్నారు? ఉష ఒక్కతే. అలాగే కలలో అంత గడుసుగా నడిచే అనిరుద్ధు లెంద రున్నారు? [1]వాఙ్మయమంతా వెతికి చూస్తే ఒక్క ఉషా స్వప్నం మాత్రం ఆ అదృష్టానికి నోచుకున్నాది. దానిని అంత ముద్దుగా, ముచ్చటగా తీర్చిదిద్ది, తరువాత కవులూ, పాఠకులూ కళ్ళకద్దుకునేట్టు తెలుగు వాఙ్మయానికి ఒక అనర్ఘరత్నాన్ని పొదిగాడు కనుపర్తి కవిశిల్పి.

అనిరుద్ధుడు

ద్వారకలో శ్రీ కృష్ణుడు చల్లగా పరిపాలిస్తూన్న కాలం. ఆ దివ్యావతారమూర్తి పాలనలో ద్వారక నిత్యకల్యాణం పచ్చతోరణంగా ఉంటూంది. అప్పటికి ఆయన నాయన మాత్రమే కాక, తాత కూడా అయాడు. పెద్దకొడుకు ప్రద్యుమ్నుడు - మన్మథుని రెండవ జన్మ కనక మీనాంకుడు, లోకైక సుందరుడున్ను. ఆ ప్రద్యుమ్నుని అర్ధాంగి మేనమామ కూతురే. ఆ మేనమామ రుక్మి. రుక్మిణికి పెద్దన్న. రుక్మిణీకల్యాణ సందర్భంలో కృష్ణునివల్ల వానికీ "కల్యాణ" మహోత్సవం జరిగింది. ప్రద్యుమ్నుని కొడుకు 'అనిరుద్ధుడు' మన కథానాయకుడు. అందచందాలకి ముమ్మూర్తులా తండ్రిని పోలినవాడు.

---

1. పింగళిసూరన్న రచించిన ప్రభావతీ ప్రద్యుమ్నం-స్వప్న కథను సుందరంగా తీర్చిదిద్దిన తొలి ప్రశ స్తప్రబంధం కనబడుతుంది.

'శృంగార రసంబు విగ్రహముగా నోనరించినమాడ్కి
నొప్పు నొయ్యారమువాఁడు. భాగ్య విభవాదిక లక్షణ లక్షితాంగుఁడు...'

కొందరు చూడడానికి అందంగా ఆకర్షకంగా ముద్దబంతి పువ్వులా ఉంటారు. కాని భాగ్య విభవాది లక్షణా లుండవు. అనిరుద్ధుడు అన్ని శుభలక్షణాలూ ఉన్నవాడు. ఈ వర్ణనలోనే కవి సూచిస్తున్నాడు. రూపొందిన శృంగారరసంలా ఉన్నాడంటే, ఈ ప్రబంధములో ప్రధానరసం శృంగారం అని. మనసు మాత్రమే తెలుసుకుని రసాన్ని అనుభవించి ఆనందిస్తుంది. రసం కంటికి కనిపించదు. కాని తా నీ ప్రబంధములో శృంగారానికి రూపమిస్తున్నాడు. 'కనులపండువుగా చూసి ఆనందించండి' అంటున్నాడు.

అనిరుద్ధుడికి మొత్తం మూడు పేర్లున్నాయి.

అరివీరులను తన ఎదురులేని పరాక్రమంచేత నిరుద్ధతులను (ఉద్ధతిలేనివారిని) చేస్తాడు కనక 'అనిరుద్ధుడు' అని ఉద్ధవాదులు ఒక పేరుపెట్టారు.

బ్రహ్మజ్ఞాన సూచనా సమర్థుడు కాగలవాడని, 'బ్రహ్మసూ' అనినీ; ఋశ్యమృగం చిహ్నం జెండాపై గలవాడు అవుతాడు కనక 'ఋశ్యకేతుడు' అనినీ పెద్దలు రెండు పేర్లు పెట్టారు. వెరసి మూడు పేర్లవాఁడయాడు.

ఋశ్యము = తెల్లపాదముగల లేడి - జెండాపై గుర్తుగా గలవాడు ఋశ్యకేతుడు...... ఇది యిలా ఉండనిచ్చి......

అనిరుద్ధ నామధేయం ఈయన తాతగారైన కృష్ణునకు ఉన్నాది.

'అనిరుద్ధః = న కేనాపి ప్రాదుర్భావేషు నిరుద్ధః'

'అవతారములం దెవని చేతనూ అడ్డగింపబడనివాడు'- అని ఆదిశంకరులు విష్ణుసహస్రనామస్తోత్రములో అనిరుద్ధనామానికి నిర్వచనం చెప్పారు. విష్ణువు ఈ లోకంలో అవతరించిన అవతారాలలో ఆయనను ఏ విధంగానూ ఎవరూ అడ్డలేరు, ఎదిరించి జయించలేరని తాత్పర్యం. ఆ పేరే యీ మనుమనికి పెట్టడంలో ఆంతర్యం ఏమిటి? శివునివల్ల అడ్డమైన వరాలూపొందిన మహాబలుడు, కాబోయే మామగారు బాణాసురుడు కూడా చిరుతవాడైన అనిరుద్ధుణ్ణి యుద్ధములో యథార్థంగా గెలువలేడని సూచన. సవిమర్శగా ఆ ఘట్టం చదివిన వారు ఈ సత్యాన్ని గ్రహించగలరు.

అలాగే 'బ్రహ్మసూ' అనే పేరుకీ సార్థకత ఉన్నది . విష్ణువు అర్చావతారాలలో అనిరుద్ధమూర్తి. ఒకటి. మహాభాగవతాన్ని ఆధారంచేసి యీ మాట వ్రాస్తున్నాను. అనిరుద్ధుడుగా ఈ అవతారములో బ్రహ్మోపాసన తాను చేయడమే కాక, ఉపాసకులకూ తాను మార్గదర్శి అయాడు. అంతే కాదు. అనిరుద్ధమూర్తిని ఉపాసించేవారు బ్రహ్మజ్ఞాన సంపన్నులై తరిస్తారు. కనక 'బ్రహ్మసూ' అనే పేరు సార్థకం అయింది. ఆ విధంగా 'అనిరుద్ధచరిత్ర' కావ్యలక్షణాన్నిబట్టి శృంగార రస ప్రధానమై మానసికానందదాయకమయినా, కడకు బ్రహ్మానంద సంధాయకము కూడా అవుతుందని గ్రహించి యీ మహా గ్రంథాన్ని పఠించాలని కవి సూచిస్తున్నాడు. చివరి ఆశ్వాసములో చివర భాగం ఈ అర్థాన్నే సమర్థిస్తూంది. అయితే యీ మాట ఆస్తికుల నుద్దేశించి నేను చెపుతున్నాను.దేవూ నై గురువూనై, అనే విజ్ఞానులకు విధి కూడా చెప్పలేడు.

అన్ని శుభలక్షణాలతో తండ్రితాతలను పోలి అనిరుద్ధుడు బాల్య కౌమారాలు గడచి యౌవన దశలో ప్రవేశించాడు. శ్రీ కృష్ణుని మనుమడు, ప్రద్యుమ్నుని కొడుకున్నూ. అందచందాలకూ లోటేమిటి! అప్పుడప్పుడు తాతగారి కొలువుకి వెళ్ళి మిత్రులతో ఏదో ఇష్టాగోష్ఠిలో ఉండేవాడు. ఆ కొలువుకి వచ్చిన వారకాంతలు యువక అనిరుద్ధుణ్ణి చూసి మురిసి ముచ్చటపడేవారు. కాని లాభం లేదు. అయోగ విరహమే వాళ్ళ ముచ్చటకి ఫలం

వాలు చూపులచేత నివాళు లొసఁగి
ప్రమద జలముల నర్ఘ్య దానము లొనర్చి
ఎలమి భావంబు లుపహారములుగ చేసి
వనితలు భజింతు రిష్టదై వముగ నతని. (1.82)

ఇష్టదైవాన్ని పూజించడంలో ముఖ్య విధులు మూడు : అర్ఘ్య ప్రదానం, నైవేద్యం. హారతి. కొందరు వనితలు అనిరుద్ధుణ్ణి యిష్ట దైవంగా భజించేవారు. ఇది ఆత్మోపాసన. అనిరుద్ధుణ్ణి మనః పీఠాలలో ప్రతిష్ఠించుకొని భజించేవారు. ఆంతరంగిక పూజా విధి యిది. ఇక బాహ్యంగా చూడగానే వాలు చూపులతో నివాళులు ఇచ్చేవారు. ఆనంద బాష్పాలతో అర్ఘ్య ప్రదానం చేసేవారు. శృంగారభావాల ఉపహారం నివేదించేవారు. ఎంత చక్కని ఆరాధన!

ఇలా వార కన్యలకూ, వనితలకూ, తరుణులకూ సమ్మోహ నాంగుడై ఇష్టదైవంగా పెరుగుతూన్న అనిరుద్ధుడికి, మెడబట్టిన మేనరికంగా 'రుక్మలోచన'తో సలక్షణంగా

వివాహం అయింది. భీష్మక మహారాజు ప్రపౌత్రి. రుక్మిపౌత్రి...... పెళ్ళి కూతురు అందచందాలకు అన్ని విధాలా అనిరుద్ధునకు తగినదే.

బంధు జీవ మయ్యె బంధుజీవం బని
అధరమునకు బింబ మధరమయ్యె
తమ్ము లయ్యె ననుచు తమ్ములఁ గని కొమ్మ
యడుగులకును చివురు లడుగు లయ్యె. (1.88)

ఆలంకారికు లేవేవో అలంకారాలు చెప్తూ ఉంటారు. అవి అలా ఉంచుదాము. ఉపయోగించే శక్తి కవికి లేనపుడు ఎన్ని శబ్దాలున్నా, ఎన్ని అలంకారాలున్నా ఏమి ప్రయోజనం? మన అబ్బయా మాత్యుడు తనకు కావలసిన శబ్దార్థాలంకారాలు సమృద్ధిగా సముచితంగా ఈ ప్రబంధ కన్యకి ముస్తాబు చేసి పెట్టాడు.

శుభలేఖ

భీష్మక మహారాజు సంప్రదాయానుసారంగా శుభలేఖ వ్రాశాడు.

శ్రీమత్సమస్త సద్గుణ ధామాంచిత కీర్తి నెన్నఁదగు వసుదేవ స్వామికి, భీష్మక భూప గ్రామణి తా మ్రొక్కి చేయఁగల విన్నపముల్; (1-95)

క్షేమం బిక్కడ, మీ పరి
ణామము వ్రాయంగవలయు, నా పౌత్రుని పు
త్రీమణిని, రుక్మనయనా
కోమలి, ననిరుద్ధునకును గూర్పఁగవలయున్. (1-96)

శుభలేఖ చదువుకొని వసుదేవుడు సంతోషించాడు. బలరామాదులు పెండ్లికి తర్లి వెళ్ళారు. పెండ్లిలో సప్తపాదాలు తొక్కడం బహుముద్దుగ చెప్పాడు కవి.

చెలి పాదము చెలువుఁడు కర
జలజంబునఁ బట్టి నడిపె స ప్తపదంబుల్;
పొలయలుక దీర్చునాటికి
అలవడునని వావియైన యతివలు నవ్వన్. (1-103)

ముందు ముందు, పడకగదిలో వచ్చే అలుక తీర్చి, పానుపు దగ్గరకు మెల్ల మెల్లగా నడిపించి తీసుకొనిపోవలసివస్తుంది. దానికి ఇప్పుడు 'తరిఫీదు' చేస్తున్నట్టు

అనిరుద్ధుడు రుక్మలోచనని చెయ్యి పట్టుకొని స ప్తపాదాలు నడిపిస్తున్నాడని వావివైయెన యతివలు నవ్వారట!

వివాహం దివ్యంగా అయింది. అనిరుద్ధుడు అర్ధాంగితో ద్వారకకు వచ్చాడు. చీకూ చింతా లేదు. తాతగారి పెత్తనముతో, తల్లి దండ్రులు తీర్చే ముద్దుముచ్చటలతో హాయిగా కాలక్షేపం చేస్తున్నాడు. ఇక్కడ యీ నూతన దంపతుల శృంగార జీవితానందలహరి యిలా సాగనిద్దాము. మధ్య మనం ప్రవేశించడం పానకములో పుడకవతుగా ఉంటుంది. అటు శోణపురానికి రంగం మార్చుదాము.

బాణుని ప్రాగల్భ్యం

శోణపురం బాణుని రాజధానీ నగరం. బాణుడు శర్వాణీ వల్లభ పాదపద్మ భజనారంభ ప్రవీణుడు. గీర్వాణవ్రాత మనో భయంకర ధనుర్బాణుడు, సంగ్రామ పారీణుడు, సహస్ర బాహుడు. ఉగ్రశాసనుడు, భరతకళా ధురీణుడు. ఒకనాడు శివుడు జగన్మోహనంగా నాట్యం చేస్తూండగా బాణుడు వాద్యం వాయించాడు. వాని వాద్య విద్యకు మెచ్చి 'వరం కోరుకో యిస్తా' నన్నాడు. శివుడు ఉబ్బులింగడు.

'భక్తజన వత్సలా! ప్రమథగణముతో, పార్వతీదేవితో కూడ నీవు నా నగరి వాకిట కావలి ఉండవే?'

అని నమస్కరించాడు. సాంబశివుడు కరుణించి, దానవేంద్రుని పట్టణద్వారానికి వచ్చి, బస ఏర్పాటు చేసుకున్నాడు. ఇదేమిటి వీడికి ద్వారపాలకుడుగా ఉండడమా? అని అనుకోలే దా మహానుభావుడు. 'ఎంత సులభుండు పార్వతీ కాంతు డహహ!' అని అబ్బయామాత్యుడు ఆశ్చర్యముతోనే సాంబశివుని ఒప్పుదలను సమర్థించాడు. అది బాణుని 'భాగ్యాతిశయము'-ఎంత యిష్టదైవమైనా కోరిన వరాలిస్తాడు గాని కొలువు చేస్తాడా?

అలా కొన్నాళ్ళయాక, బాణుడొకనాడు ద్వారపాలకుడుగా ఉన్న శివుని దగ్గరకు వచ్చి, పాదాభివందనంచేసి స్తుతించి వినయంగా మరో వరం కోరుకున్నాడు. మొదటి వరం కన్న యిది మరీ విచిత్రమైనది. 'నా వేయి భుజాల ధాటికి నిలిచి యుద్ధంచేసేవా డెవడూ లేడు, ఈ రేడు లోకాలలో నీవు ఒక్కడవే కనిపిస్తున్నావు. కనక దయచేసి నా చేతుల తీట పోగొట్టు' అని కోరుకున్నాడు. వరం బలేగా ఉన్నది, కదూ ! అలా ఉన్నాది వాడి పొగరు, లేదా మర్యాదగా అంటాను, ప్రాగల్భ్యం.

నాగభూషణుడికి కోపం వచ్చింది. 'ఒరే! నా అంతవాడితో నీకు యుద్ధం వస్తుంది, నీ చేతుల బరువు తీరుతుంది. నీ కోట బురుజుమీది జెండా ఎప్పుడు దానంతట అది కిందికి పడిపోతుందో అప్పుడు జరుగుతుంది యీ మహోత్సవం. నిర్విచారంగా ఉండు పో' అన్నాడు.

ఆ మూర్ఖాగ్రేసరచక్రవర్తి సాంబశివుని మాటకి ఆనందించి నమస్కరించి, కోటకి వెళ్ళిపోయాడు, తన వినాశానికి హేతువైన కేతుపతనం ఎప్పుడు జరుగుతుందా? అని నిరీక్షిస్తూ, బరువుగా బ్రతుకు బండని ఈడుస్తున్నాడు.

పరమశివుడు ద్వారపాలకుడుగా ఉండడానికి అంగీకరించి అలాగే ఉంటున్నాడు కదా! మరి యుద్ధానికి ఎందుకు సిద్ధపడలేదు? భక్తునిపై గల వాత్సల్యం ఆ పనికి ఒప్పుకోనీయలేదు.

ఉష

ఆ రాక్షసుడికి ఒక కూతురు, పేరు 'ఉష' ఎంత అందమైన పేరు పెట్టాడు! బాణుడు ఉత్త 'డబిత్థుడు' కాడు. సరస సంగీత కళా వేది. బాగా చదువుకున్నవాడు, కనుకనే కూర్మికూతురుకి అంత చక్కని పేరు పెట్టాడు. పేరుకి అన్నివిధాలా పేరుదెచ్చిన భువన మోహనాంగి ఉష. ఆ ముద్దుగుమ్మ బాల్యం 'జనముద్దుగా' వర్ణించాడు కవి.

ముద్దుల మాటలున్, చిఱుత
　　మోమును, నున్నని లేత చెక్కులున్,
కొద్దిగనున్న నెన్నడుము,.
　　కూకటి కందక ఫాలపట్టికన్
విద్దెముసేయు ముంగురులు,
　　విప్పగు ఱెప్పల గొప్ప కన్నులున్,
బ్రౌ ఢ్ధోక వింతయై యమరె
　　పుష్పసుగంధికి బాల్యవేళలన్. (2-21)

పై పద్యములో అన్ని పదాలూ ముద్దుగానే ఉన్నాయి. అందులో 'కూకటి కందక ఫాలపట్టికన్ - విద్దెముసేయు ముంగురులు' అనే వాక్యములో 'విద్దెముసేయు' అనేది ముద్దులమూటగా ఉన్నది. పాపలు చిన్నారి పయసులో అక్కడికక్కడ

తప్పటడుగులు వేస్తూ, పడిపోతూ ఉంటారు. కూచున్నదగ్గరనుంచి లేవబోయి వెంటనే పడిపోతారు. పడుకుని ఉయ్యాలలోంచో మంచంమీంచో కాళ్ళూ చేతులూ మీది కెత్తి ఆడిస్తూ ఉంటారు. ఇదంతా విద్యలుచేయడం క్రింద సమకట్టి తల్లులు చెప్తారు. ఉష బాల్యములో ముడవడానికి అందక, కురుచగా ఉన్న ముంగురులు, నొసటిపై విద్దెము చేస్తున్నాయన్నాడు. సహజ రమణీయమైన భావచిత్రణ యిది. 'శిల్పం' అంటారే! ఇదే శిల్పం!

బాల్యం ఇంత ముద్దుగా వెళ్ళింది. జవ్వనం వచ్చింది. ఎంతో 'గమ్మత్తు' గా వచ్చింది.

'అరవిందములు మన్మథాస్త్రంబు లైనట్లు.
వాలు కన్గొనల క్రొవ్వాడి పొడమె,
హరినీలములు పేరులైన చందమున నిం
చుకలైన కురులు పెన్ సోగలయ్యె,
వీణాశ్రుతులు మేళవింపైన వగ ముద్దు
పలుకులు ప్రౌఢసంపద వహించె

....

నిమ్మపూసలు ముదిరి ఫలమ్ము లైన
గతి, చనుకుదుళ్ళు నిగిడి పొంకము వహించె
బంధు జీవాధర యతీతబాల్య యగుచు
నిండు జవ్వనమున నొప్పుచుండునపుడు. (2-22)

కనుగవ కొనలు వాడిగా, కురుచైన కురులు సోగగా, ముద్దు పలుకులు ప్రౌఢంగా, నిమ్మపిందెల్లాగుండే చనులు నిగిడి పొంకము వహించగా, బాల్యం యౌవనంగా మారింది. అయితే ఒక్క విశేషం గ్రహించాలి.

పద్మాలు మన్మథబాణా లైనట్టు, ఇంద్రనీలాలు ఒక మాలిక అయినట్టు వీణాశ్రుతులు మేళవించినట్టు, నిమ్మపిందెలు పండ్లయినట్టు శరీరానికీ ఆయా అవయాల సహజాభివృద్ధికిన్నీ. ఔపమ్యసిద్ధికిన్నీ పొంతన కలిగించడంలో కవి చూపిన వాగర్థ దాంపత్యశ క్తిలోగల చాతుర్యాన్ని సహృదయుడైన పాఠకుడు గ్రహించాలి. అప్పుడే విద్వజ్జన పరిశ్రమకి సాఫల్యం.

ఈ వర్ణనలోనే యింకొక చక్కని పద్యం ఉన్నది. ఉదాహరిస్తున్నాను :

సీ. ఘనసారమును సారఘనము నాక్షేపించు
కలికి పల్కుల యింపు కచము సొంపు,
పద్మరాగము రాగపద్మము నదలించు
రమణంపు మోవి పాదముల తీవి,
మృగమదంబును మదమృగమును హసియించుఁ
గాయంపు వలపు కన్దోయి మెలపు;
వరనాగమును నాగవరముఁ జుల్కగఁజేయు
నవకంపు నూఁగారు నడల తీరు,

తే. చక్రసామ్యత వెలయు కుచమ్ములందు
సామ్యచక్రతఁ దగు వెక్కసప్పుఁ బిఱుందు
రూఢి నారోహిణియు, నవరోహిణియుగ
నెలఁత చెలువంబు సారె వర్ణింపఁదగును. (2-26)

ఉషారమణి జవ్వనపు సొంపు పెంపులను నింపుగా ఇంపుగా వర్ణించా డీ పద్యంలో. తేటగీతిలో మూడవపాదములో ఆరోహిణి, అవరోహిణి అనే పదాలు రెండున్నాయి. సంగీతస్వర సంప్రదాయంలో ఆరోహణం అవరోహణం అని క్రమ సంజ్ఞ ఉన్నది.

స రి గ మ ప ద ని స- అని క్రమోన్నతస్థాయిగా చెప్పడం ఆరోహణం.

స ని ద ప మ గ రి స- అని క్రిందికి పలకడం అవరోహణం. ఈ క్రమాన్ని అనుసరించి పై పద్యములో ఉన్న పదాలకు అర్థం చెప్పుకోమంటాడు. ఒక్క పాదానికి అర్థం చెప్తాను.

కలికి పల్కుల యింపు = ఆ ఉష మాటల యింపు ఘనసారమును = పచ్చ కప్పురమును, ఆక్షేపించును కచము సొంపు = కేశసౌందర్యము సార ఘనమున్ = సారవంతమైన మబ్బును, ఆక్షేపించును. ఉష మాటలు పచ్చకప్పురము కన్నా యింపుగా ఉంటాయి. కొప్పు నీలిమబ్బును మించి ఉంటుంది.

ఘన+సార పదాల్ని తిప్పి చెప్పితే సారఘన అవుతుంది. ఇట్లే మిగిలిన పదాలకున్నూ ఆరోహణావరోహణ క్రమం చెప్పుకోవాలి. ఇదొక సొంపైన వర్ణన. అబ్బయామాత్యునకు గల శబ్దాధికారం అంత ఇంపుగా ఉన్నదని గ్రహించాలి.

నాయిక ఉష. కనక ఆ మగువను ఆపాదమస్తకం ఎంత గుంభనగా వర్ణించాలో అంత పుష్టిగా వర్ణించాడు.

పార్వతి ఒజ్జతికం

ఉషకి సంగీతం, సాహిత్యం, నాట్యం వగైరా పార్వతీదేవి చెప్పింది. ఇక ఏమి లోపం!

ఆడ పాడ నేర్చి, అభినయింపఁగ నేర్చి.
సరస కవిత చెప్ప చదువ నేర్చి,
బాణదనుజపుత్రి బాలిక యయ్యును
సకల కళలయందు జాణ యయ్యె. (2-34)

కాలక్రమాన ఉషకి యౌవనం వచ్చినట్టే, వసంతకాలం వచ్చింది. ఈ వసంతవర్ణన శృంగారానికి పట్టాభిషేక ఘట్టమే అనాలి.

ఉద్యాన వనం

ఒకనాడు ఉష ప్రియవయస్యలతో ఉద్యానవనానికి వెళ్ళింది. ఇక్కడ కూడా కవి వాక్చమత్కృతి చక్కని పదవిన్యాసం చూపింది. ఆ వనం ఇందుబింబానన యౌవనంలాగా ఉన్నది.

చిగురాకులు పాదాలు, అరటిబోదెలు తొడలు, పుష్పపరిమళం మేని తావి, లతలు చేతులు, ఆ వనంలో ఉన్న గజనిమ్మపండ్లు కుచాలు, కోకిలస్వరాలు మాటలు, మల్లెమొగ్గలు పలు వరుస, తుమ్మెదలు చూపులు, దట్టంగా చిగిర్చిన తమాలవృక్షాల నీడ వాలుజడ, ఆ వనం ఉష యౌవనంలాగా లేదా....... ప్రశ్నకి సమాధానం......... ఉన్నది.......

ఉపమేయోపమానాలకూ. రూపకానికీ రూపకల్పన సజీవ శిల్ప కళాప్రావీణ్యానికి పతాక!

ఆ వనంలో అక్కడ ఉన్న సరస్సులో కొంతకాలం స్వేచ్ఛగా ఆడుకున్నారు, జల్లులాడుకున్నా రా పూబోడులు. తరువాత ఇళ్ళకి వచ్చారు.

కల

ఆ రాత్రి ఉష జీవనోద్యాన వసంతరాత్రి. భోజనం అయింది. మనోహరమైన హంసతూలికా తల్పముమీద..

అలక గొకింత జాజి నిట
లాంతముఁ గ్రమ్మఁగ, తావి యూరుపుల్
చలువలు చల్లఁగా, మెయి న
లందిన గంధము సన్నవల్వ దు
వ్వలువ ముసుంగుపై నిగిడి
వాసన లీనఁగ, లోచనాంబుజం
బులు ముకుళించి, య మ్మగువ
ముద్దు వగన్ నిదురించుచుండఁగా. (2-62)

ఎంత ముద్దుగా నిద్రిస్తూందో పద్దెం అంత ముద్దుగా ఉంది. కొంత రాత్రి అయింది. త్రిలోకసుందర శుభాకారుడు ఒకడు, ఏమేమో చేసి చొక్కజేసి లాలించినట్లు కలగన్నది. ఆ పారవశ్యములో కను దమ్మిలు విప్పి, ఆశ్చర్యంగా గది అంతా కలయచూసింది. పాన్పుపై కూర్చుంది. అప్పటికి నాలుగోజాము రాత్రి. విభ్రాంతి, విస్మయము, విచారము, విషాదము, విరహమూ హృదయములో పదునుగా, అదునుగా, చదునుగా ముదిరి, ఆ ముద్దరాలిని నిర్దయగా ఏడిపించాయి.

ఎదురుగా ఉన్నాడా జగదేకసుందరుడని భ్రాంతి. పాపం! బట్టబయలు కౌగిలించుకుంటుంది.

శరీరం అంతా చూసుకున్నది. ఆ సుందరాంగు డెవడో ఏవేవో ఏమేమి చెయ్యాలో అవన్నీ చేసినట్టు శృంగార ముద్రలేసినట్టు కనిపిస్తున్నాయి. కల కాదు కదా? కాకపోతే ఆ మదనమోహనుడు కనిపించడేమి?

తెల్లవారింది. చెలికత్తెలు వచ్చారు. మేలుకొలుపులు అక్కర లేకుండానే మేలుకొని ఉన్న ఉషను చూశారు. ఏదో బలవంతంగా వాళ్ళమాట కాదనలేక బరువుగా లేచి, సమయోచిత కృత్యాలు అయాయనిపించింది ఉష.

మోమున చిరునవ్వు, వాలుకన్నులలో వికాసమూ, మాటలలో చాతుర్యమూ, చిత్తములో ఉత్సాహమూ సహజంగా లేవు. ఎరువు తెచ్చుకున్నట్టున్నాయి. సఖులు తెలుసుకుంటారేమో! తన బాధ వాళ్ళకి తెలియకూడదు......

విరహ విభ్రాంతితో ఒక పనికి ఒకపని చేయనారంభించింది. చిలకకి సంస్కృత భాషలో మాటలు చెప్తూ చెప్తూ మధ్య మధ్య తెలుగు భాష కూడా దొర్లిస్తూంది.

శృంగారరసంతో ఆరంభించు పద్యరచనను బీభత్సరసంతో పూర్తిచేస్తూంది. హృదయం పొదులో లేదు. జాము ఒక కల్పముగా వెళ్లిస్తూంది.

చిత్రరేఖ

ఉషకి బాహ్యప్రాణ మని చెప్పదగిన నేస్తురాలు ఒకతె ఉన్నది. పేరు చిత్రరేఖ. దాని తండ్రి కుంభాండుడు. బాణుని ప్రధాన మంత్రి. వాడికి మంత్రాలూ, తంత్రాలూ, యోగవిద్యలూ చాలా వచ్చు. చిత్రరేఖ. ఆ విద్యలన్నీ తండ్రి దగ్గర నిశ్శేషంగా నేర్చుకున్న వారసురాలు. అందచందాలకి పెట్టింది పేరు. అది కనిపెట్టింది ఉష విరహ శోష. రహస్యంగా ఉషని కూర్చోబెట్టి లాలిస్తూ-కోమలీ! ఏమిటి కథ? నిన్ను నా ప్రాణముగా చూసుకుంటున్నాను, నాదగ్గర దాపరికమా? ఏమిటో విరహిణి అవస్థ కనిపిస్తూంది నిన్ను చూస్తే, చెప్పవమ్మా! నీ కోరిక నేను తీరుస్తాను. విచారమెందుకమ్మా - అని అడిగింది.

చిత్రరేఖ మాట ఉష మదనజ్వర శాంతికి దివ్యౌషధం అయింది. కొంచెం తేరుకున్నది. బొంగురు పోయిన గొంతుతో మెల్ల మెల్లగా కలలో జరిగిన కథ చెప్పింది. ఇప్పుడే ఓంప్రథమంగా శృంగారరంగంలోకి దిగిన ముగ్ధ. కలలో ఆ నవమోహనాంగుడు చేసిన అల్లరి అంతా చల్ల చల్లగ చెప్పి చెప్పి-

అవల నేమేమొ చేసె నయ్యాగడంబు
నెట్లు చెప్పుదు సిగ్గు నోరెత్తనీదు.. (2-91)

అన్నది. ఏమేమో చేశాడన్నది. ఆ ఆగడం చెప్పడానికి సిగ్గు.సిగ్గు కాదా? ఎంత ఆరిందా అయినా చెప్పడానికి సిగ్గుపడుతుంది. 'తరువాత మేలు కున్నాను. ఎవరూ లేరు. నా పరితాపభారం ఏమి చెప్పేది? నాటినుంచి యిలా కృశించిపోతున్నాను. నా జీవము వాని సొమ్మైపోయింది. కనక వానిని కన్నులజూపి జీవములు నిలుపుము' అని కంటనీరు పెట్టుకున్నది, కథంతా విన్నది చిత్రరేఖ. కొంతసేపు ఆలోచించింది, ముక్కూ మొగం ఎరుగని పురుషుణ్ణి కలలో చూసినవాణ్ణి ఎలా తెస్తుంది? లేకపోతే ప్రాణసఖి ప్రాణాలు పోతాయి. మరి తనకు వచ్చిన యోగవిద్య ప్రభావం ఎందుకూ? ఓదార్చింది. వివిధ వర్ణ ద్రవ్యాలూ కూర్చి చిత్రలేఖనంలో తనకున్న పాండిత్యం ఫలించేట్టు ముల్లోకాలలోఉన్న పేరు పెంపులు గల యువకులనూ, పెద్దలనూ చిత్రించి ఉషముందు పెట్టింది. అవి చిత్రాల్లాగా కనిపించలేదు.

సజీవచిత్రాలు.

వ్రాఁత కజుఁడు కర్త, సేఁతకు దాఁగర్త
యనుట కిది విరోధమైన నేమి?
సేఁత కజుఁడు కర్త, వ్రాఁతకుఁదాఁ గర్త
యంచుఁ జిత్రరేఖ ననగఁవచ్చు. (2-98)

సామాన్యంగా బ్రహ్మ ప్రతిజీవికీ నొసట మంచో సెబ్బరో వ్రాస్తాడు. అంతవరకే ఆయన పని. ఇక చేచేతులా ఏవేవో కర్మలు చేయడం ఆయా జీవుల పని. ఇక్కడ ఈ సంప్రదాయం మారింది.

ఇక్కడ వ్రాతకు చిత్రరేఖ, చేతకు బ్రహ్మ బాధ్యులు. చిత్రములు వ్రాసి తేవడం చిత్రలేఖ పని. ఇక ఉషకూ, ఆ చిత్రములలో ఉషను కలలో ఏవేవో ఆగడపుపనులు చేసిన ఆసామీ ఉండి, ఆయన గారు ఉషకి పతికావడం అనేది బ్రహ్మ చెయ్యవలసిన పని.

వరుసగా అందరినీ కుల గోత్ర వైభవాలతో ఏకరవు పెట్టింది పేరుపేరునా. ఎవ్వరినీ ఎంచుకోలేక పోయింది. చివరికి ఒక చిత్తరువు చూపింది చిత్రరేఖ.

చక్కనివారిలో మొదలి
చక్కనివాఁడగు తండ్రి కన్ననుం
జక్కనివాడు, భవ్య గుణ
సంపదఁ దాఁదనుఁ బోలువాఁడు, పెం
పెక్కిన కీర్తివాడు, కమలేక్షణ
పౌత్రుడు, శంబరారికిన్
మక్కువ నందనుం, డితడు
మానవతీ! యనిరుద్ధుఁ జూడుమా! (2-128)

అన్నది. కలకంఠి బెళుకుచూపు అనిరుద్ధునిపై నాటింది. నిదురలో వచ్చి 'పంచశరవిద్యలు' చూపి, నాహృదయధనము హరించి, యీ విరహవేదన కలిగించినవాడు వీడేనమ్మా! అన్నది ఉష. ఈతని దెచ్చి నా మనోరథం బీడేర్చి ప్రాణదానము చేయాలని వేడుకున్నది.....

ధైర్యంచెప్పి ఆ రాత్రకిరాత్రే చిత్రరేఖ యోగవిద్యా బలముతో ఆకాశమార్గాన ద్వారకకు వెళ్ళింది. అనిరుద్ధుని అంతఃపురణములో ప్రవేశించింది. రుక్మలోచనతో

శయ్యపై గాఢ నిద్రలో ఉన్న అనిరుద్ధుణ్ణి చూసింది. సమ్మోహనవిద్య ప్రయోగించి అనిరుద్ధుణ్ణి ఎత్తుకొని. రెప్పపాటుకాలములో శోణపురానికి వచ్చి, ఉష మేడలో పానుపుపై ఉంచింది. ఉష ఆనందానికి హద్దుల్లేవు. కృతజ్ఞతాంజలి చెల్లించింది. 'వస్తాను మరి-జాగ్రత్త'...... అని చిత్రరేఖ వెళ్ళిపోయింది.

అనిరుద్ధుడు మేల్కొన్నాడు. ఎట్టఎదుట ఉష. బంగరు సలాక, చంద్రకళ, పులుగడిగిన ముత్యం, సానపట్టిన మన్మథబాణం, నవనవలాడుతూన్న క్రొత్త పూ మొగ్గ ; మోహనాకారరేఖతో తీర్చిన శృంగార రసం...... ఏదీ కాదు. అదొక తరుణి! తానున్న మేడ క్రొత్తది. తన శయ్యావుందిరం కాదు. ఏదో గారడీ....ఇంద్రజాలం......

ఎవ్వరిదానవు కలువకంటీ? పేరేమిటి?....... అడిగాడు. బాగున్నది. నన్నెందుకు తెచ్చావు? అన్నాడు. ఆ ప్రశ్నకి ఉషకి నవ్వు వచ్చింది. ఉషకే కాదు, ఎవరికేనా వస్తుంది నవ్వు. ఆ నవ్వుతోనే సిగ్గుకూడా ఆ సుందరి మోవిపై దాగుడుమూతలాడింది. మెల్లగా అట్టుపుట్టు ఆనవాళ్ళు తనకి సంబంధించినవీ, కలలో ఆయన చేసిన అల్లరిపనులూ చెప్పింది.

'కన్నియను, ఏలుకో అనుమానం లేకుండా రమణా!' అని నోరారా అన్నది ఉష.

ఇక తరువాతి కథ మనకి సంబంధించినది కాదు. కావాలంటే కావ్యం మీచేతుల్లోనే ఉందికనక నిదానంగా, నిబ్బరంగా చదువుకోండి. ఆ యువక శృంగారాన్ని అబ్బయామాత్యుడు ఎంత వింతగా వర్ణించాడో ఆంతర్యం గ్రహించి ఆనందించండి. రసాస్వాదనకి అదే సరైన మార్గం.

బందీ

ఒకనాడు ఉష ఉండే అంతఃపురపాలికలు బాణునిదగ్గరకు వెళ్ళి భయ వినయ సంభ్రమాలతో ఇలా విన్నవించుకున్నారు.

ప్రభూ! పోతుటీగకైనా చొరశక్యంకాని విధంగా కాపున్నాము. మరి అంత కట్టుదిట్టంగా ఉన్న మేడలో నివసిస్తూన్న అమ్మాయి 'అమ్మ' కాబోతూంది. ఏమి మాయయో తెలియజాలము- బాణుడు మండిపడ్డాడు. అంతఃపురమంతా వెతికి ఆ దుర్మార్గుణ్ణి పట్టి యీడ్చుకొనిరండని రక్కసుల దండుని ఆజ్ఞాపించాడు. అబ్బబ్బ

వీరా! హాశ్శరథ్గా! అని వెళ్ళారు. వాళ్ళు వెళ్ళిన వేళకి అనిరుద్ధుడు ఉషతో ఒక చలువరాతి తిన్నెమీద విలాసంగా కూర్చుని, వినోదార్థం పాచిక లాడుతున్నాడు. రక్కసుల మూకని చూశాడు. అక్కడఉన్న ఒక యినుపదూలంలాంటి సాధనం తీసుకున్నాడు. కాలాంతకుడులాగ ఎదిరించాడు. చాలమంది చచ్చారు. హతశేషులు వెళ్ళి చెప్పారు బాణుడికి....

స్వయంగా వచ్చాడు బాణుడు. ఇద్దరికీ యుద్ధం దారుణంగా జరిగింది, యథాశక్తిగా చేశారు, అనిరుద్ధుడు విజృంభించాడు. అంతలో అశరీరవాణి పలికింది. 'యదువంశతిలకా! వీని కిది జయకాలం. హరిచే అపజయం కలుగుతుంది, నీకు అచిర కాలములో శుభమవుతుంది' అని. ఆ మాటతో అనిరుద్ధుడు వెనుకకు తగ్గాడు, హనుమంతుణ్ణి ఇంద్రజిత్తు బంధించినట్టు, అనిరుద్ధుణ్ణి బాణుడు బంధించాడు.

'వనితా సంపర్కంవల్ల అనిరుద్ధుడు అరివర్గానికి లొంగిపోయాడు. ఔను! అలాగే జరుగుతుంది. వనితా సంపర్కంవల్ల అరివర్గానికి అంటే-కామ క్రోధ లోభ మోహ మద మాత్సర్యాలు అనే అంతశ్శత్రువులకు-ఎంత అనిరుద్ధుడైనా (యోగి అయినా) లొంగిపోతాడు.' (చూ. ప.3-119)

పానకములో పుడకలాగా బాణుడు ఉషానిరుద్ధుల శృంగార జీవిత రసాయన భాండములో ప్రవేశించాడు. ఆ 'ప్రేమజీవుల శరీరాలు వేరై పోయాయి. ఉష వాడిన ముఖకాంతితో, వసివాళ్ళువాడిన మేనితో, ఎండిన కెమ్మోవితో, బాష్పపూర్ణమైన కనుదోయితో క్రుంగి కృశించిపోయింది. పగవారికైనా అప్పటి ఉషను చూస్తే జాలి కలుగుతుంది. దుర్మార్గుడా! ఎంతపని చేశావురా! అని మనమూ విచారిస్తాము.

దండయాత్ర

పడుకున్నవాడు పడుకున్నట్టుగా మాయైపోయాడు అనిరుద్ధుడు. ద్వారకఅంతా ఆశ్చర్య విషాదాలతో అల్లుకుపోయింది. అంతా తెలిసి కూడా మాయామానుష వేషుడు-నిజం నిలకడమీద తెలుస్తుంది,ఇప్పుడు నే నెందుకు చెప్పాలని 'టక్కు' పెట్టి ఊరకున్నాడు. చారులు వెదుకుతున్నారు.

నాలుగు నెలలయాయి. ఒకనాడు కృష్ణుడు కన్నులనిండుగా నిండు కొలువుతీరి సభలో కూర్చున్నాడు. ఆ సమయములో సకల విద్యా విశారదుడు నారదుడు

దయచేశాడు. కాళ్ళూ చేతులూ మొల్చి దివినుండి భువికి దిగివచ్చిన కల్పవృక్షంలా ఉన్నాడు, కృష్ణుడు అతిథిపూజచేసి 'అయ్యా!మా యనిరుద్ధుడెక్కడికి వెళ్ళిపోయాడో!......' అని అన్నాడు. నారదుడు చిరునవ్వు నవ్వి, సర్వసాక్షివి, నన్నడుగుతున్నావు. ధన్యోస్మి- అని నారదుడు కథంతా చెప్పి పోయివస్తానని వెళ్ళిపోయాడు. ఏ పురాణకథ అయినా సరే! నాయకు డెవడైనా నారదుడే ముఖ్యపాత్ర. నారదుడు లేకపోతే ఆ కథ సంసారం సాగదు.

పన్నెండక్షౌహిణుల యాదవసేన మహోద్ధతితో శోణపురం మీదికి దాడుతీసింది. ఇక్కడ ఒక పద్యం ఉదాహరించాలి.

గొడుగులు ఫేనముల్, తురగ
కుంజరముల్ తిమి నక్ర సంచయం,
బుడుగని వాద్య ఘోషము మ
హోర్మి రవంబు, పరిభ్రమింపఁగాఁ
బడు పటు హస్త భాస్వ దరి
పంక్తులు సుళ్ళునుగాఁగ, నెక్కుడున్
వడి శర చాపముల్ గలిగి
వాహిని వాహిని, లీల నేగఁగన్. (4-35)

వాహినీ శబ్దానికి సేన, నది అని రెండర్థాలు, యాదవసైన్యాన్ని నదితో పోల్చి వర్ణించిన చమత్కృతి యిది.

ధర్మరాజు రాజసూయయాగం చేసినప్పుడు కృష్ణునకు అర్ఘ్యమూ పాద్యమూ ఇచ్చి, అగ్రతాంబూల మిచ్చినంతనే, శిశుపాలు డద్దువడి నిందించాడు, ఆ సమయములో అక్కడ ఉన్న యాదవరాజుల సైన్యాలు చెలరేగిన విధాన్ని నన్నపార్యుడు వర్ణించిన విధం గమనించండి :

రయ విచల త్తురంగమ త
రంగములన్, మద నాగ నక్ర సం
చయముల, సంచల చ్చటుల
సైనిక మత్స్యములన్, భయంకరం
బయి, యదు వృష్ణి భోజ కుకు

గాంధక వాహివియుం గలంగె, ని
ర్దయతర రోష మారుత ని
తాంత సమీరితమై క్షణంబునన్.

నన్నపార్యుని వర్ణనలో గొప్పదనం వాహినీ పదాన్ని పూర్తిగా రూపకాలంకృతితో అలంకరించడం, ఆ ప్రతిభ అప్రతిమానం. అయినా, అబ్బయామాత్యుడు ఆదికవిపై చూపిన గౌరవాన్ని సూచిస్తున్నాను. అంతే!

యాదవసైన్యానికి జయం సూచిస్తూ శుభశకునా లయాయి. అనుకూలంగా గాలి వీచింది. మాంసం ముక్కలు పట్టుకుని పోతూన్నవారెదురయారు. నిండుకుండలు ఎదురు వచ్చాయి. పువ్వులూ, పళ్ళూ పట్టుకొని కొందరు తారసపడ్డారు, గుఱ్ఱాలు సంతోషంగా సకిలించాయి. (కవి శకునశాస్త్రం చెప్పాడిక్కడ)

కేతు పతనం

యాదవసైన్యం వెళ్ళి శోణపురానికి దిగ్బంధం చేసింది. బాణుని గర్వపాతాన్ని సూచిస్తూ, జెండా 'టఫీ' మని విరిగి కింద పడిపోయింది. బాణుడు ఆర్భాటంగా బాణ బాణాసనాదులు ధరించి, వెయ్యి చేతులూ ఉప్పొంగగా యుద్ధానికి వచ్చాడు. మొగసాలలో కాపున్నవాడు కనక భక్తసులభుడైన శాంకరీప్రాణనాథుడు దైత్యనాథునికి సహాయం చెయ్యడానికి కొడుకుతో, ప్రమథగణంతో కూడా యుద్ధానికి వచ్చాడు. పోరు ఘోరంగా సాగింది. శివ కేశవులు ముందు తలపడ్డారు, పరమేశులు. భగవంతులు, అవ్యయులు, హరి మృత్యుంజయులు చేసే రణగుణధ్వనికి బ్రహ్మేంద్రాదులే తట్టుకోలేకపోయారు. మన మెంతవారం! మానవమాత్రులం, ఆ పరమ పురుషులు ఏవేవో అస్త్రాలూ, ప్రత్యస్త్రాలూ ప్రయోగించుకున్నారు. ఎవ రిందులో తక్కువ! ఆయన హరి, ఈయన హరుడు, అవన్నీ అయిపోయాయి, శివుడు పాశుపతాస్త్రం వదిలాడు. కృష్ణుడు 'నారాయణాస్త్రం విడిచిపెట్టాడు. ఇకేమున్నది! ఇక లోకాలన్నీ హుష్ కాకీ' అయిపోతాయని దేవతలు ఘోషపెట్టారు. అంతలో నారాయణాస్త్రానికి పాశుపతం లొంగి పారిపోయింది. అంతలో కృష్ణుడు ఊరకుండక సమ్మోహనాస్త్రం వేశాడు. ఆ దెబ్బతో శివుడు తెలివితప్పి వృషభవాహనం మీద ఒరిగిపోయాడు.

జ్వరయుద్ధం

బాణుడు రోషరక్త ముఖుడై కృష్ణునిమీదకి వచ్చాడు, ఇద్దరూ ఘోరంగా పోరుతూన్న సమయం. అంతలో వాడి తల్లి కోటరి దిసమొలగా వికారాకారియై వచ్చి ఇద్దరికీ మధ్య నిల్చున్నది కొడుకుని కాపాడుకోవాలని. కృష్ణుడు ఏవగించుకుని పెడమొగంతో చూస్తున్నాడు. ఇదే సందుగా బ్రతుకుజీవుడా! అని బాణుడు పారిపోయాడు.

శివు డప్పటికి తేరుకున్నాడు. మహోగ్రమైన జ్వరమూర్తిని మానస సృష్టిగా కల్పించి కృష్ణునిమీదకి పంపాడు. ఆ విద్య కృష్ణునికీ తెలుసు. తానూ ఒక జ్వరాన్ని సృష్టించి పంపించాడు. ఇక చూడండయ్యా! శివజ్వరం వైష్ణవజ్వరం శిఖలందుకున్నాయి. రకరకాల పట్లు పట్టాయి. ఆగలేక పలాయనమంత్రం చిత్తగించింది శివజ్వరం. దానివెంట పడ్డాది వైష్ణవి. విహారయాత్రకి వెళ్ళినట్టు కాదు పరుగు పందెం, వేసినట్టు. ఒకదానివెంట ఒకటి అన్నిదిక్కులకూ పరుగులు తీశాయి, ముందు శివజ్వరం. వెంట వైష్ణవజ్వరం. చూడవలసిన దృశ్యం......

ఇక లాభంలేదనుకున్నది శైవి. సరాసరి వచ్చి కృష్ణుని శరణుచొచ్చి వేడుకున్నది. 'నాళీకాసన పూజితాయ భవతే. నారాయణా యోన్నమః'(4-96) అన్నాది. (మంత్రంలాంటి పద్యం. చివరి చరణం మాత్రం ఉదాహరించాను. వల్లెవెయ్యవలసిన పద్యం.)

పద్యం తరువాత ఒక దండకం (4-97). నిత్యమూ ప్రాతఃసాయం సమయాలలో పఠించదగిన దండకం......కృష్ణుడు కరుణించాడు. బ్రతుకుజీవుడా! అనుకున్నాది శివజ్వరం. ఈ ఉభయ జ్వర వాదం, శివజ్వరం చేసిన స్తుతీ చదివిన వారికి ఏలాటి జ్వరబాధా ఉండదని వరమిచ్చాడు శ్రీకృష్ణుడు.

భుజఖండన

మళ్ళీ వచ్చాడు బాణుడు. చేతనైనంత యుద్ధంచేశాడు. కృష్ణుడు సుదర్శనచక్రం ప్రయోగించాడు. అది కనికరించింది. తొమ్మిదివందల తొంభైఆరు భుజాలు ఖండించి, నాలుగు వదిలేసింది. మరీ మొండిగా చేస్తే బాగుండదనుకొని ఉంటుంది. ఇంకేముంది! దేవతలు హరిపై పూలవాన కురిశారు. దుందుభులు వాయించారు. రంభాదులు నాట్యమాడారు. శివుడు పురుషసూక్తానుసారంగా హరిని స్తుతించాడు.

'అనఘుఁడ వప్రమేయుఁడ వ
నంతుఁడ వాద్యుఁడ వక్షరుండ వ
త్యనుపమ చిన్మయుండవు చ
రాచర జాల సమేతమైన యి
వ్వనజ భవాండ పంక్తులు భ
వ జ్జఠరంబున నీదు మాయచే
జననము వర్ధనంబు నవ
సానము నొందుచు నుండు నీశ్వరా! (5-21)

వారిలో వారికి పంతాలూ పట్టింపులూ ఏమిటి? ఆ భక్తులపై ఉండే వాత్సల్యముతో శివుడు ఏ పరిస్థితిలోనూ ఇలా బాధపడడం అలవాటే, భస్మాసురుడికి వరం యిచ్చి నెత్తిమీదికి తెచ్చుకున్నాడు. రావణుడికి వరమిచ్చి కైలాసంతోసహా గిర్రున తిరిగాడు. ఇది ఆయనకి పరిపాటి. బాణుడికోసం ఈ అవస్థ. అప్పుడు కృష్ణుడంటాడుకదా చంద్రశేఖరా! వీడిమీద నీ కెంతో దయ. నాకు తెలుసు. అంతే కాక వీడు ప్రహ్లాదునికి ప్రపౌత్రుడు. ప్రహ్లాదుని వంశీయులను చంపలేను. కనక యీ నాలుగు చేతులతో వీణ్ణి విడిచి పెట్టాను. వీడు నీ ప్రమథగణాలలో ఉత్తముడై . నీ సన్నిధానములో సుఖంగా వుంటాడు"అని వరమిచ్చినట్టు అన్నాడు, దెబ్బకి దెయ్యం విరుగుతుంది. బాణుడికి తెలివి వచ్చింది, సాష్టాంగంగా కృష్ణునకు నమస్కరించి నుతించాడు. 'అవినీతితో నిన్నెదిరించినందుకు తగిన ప్రాయశ్చిత్తం చేశావు. నీ కరుణవల్ల నా పాపం లోపించింది. అజ్ఞానాంధకారం పటాపంచలయింది, గోపికా వల్లభా!' అని. అందితే సిగా, అందకపోతే కాళ్ళూ పట్టుకోడం నీచుల లక్షణం......

వియ్యం

కూతురికీ అల్లుడికీ ముస్తాబు చేయించాడు. సగౌరవంగా, సాదరంగా రప్పించి యథాశక్తిగా సవ్యాంబరాభరణాదు లిచ్చి ఇద్దర్నీ కృష్ణున కప్పగించాడు. ముద్దుల భార్యతో అనిరుద్ధుడు తాతకి నమస్కరించాడు. తాత మనుమని చేరదీసి 'సుఖాన్వితుడువై మను' మని దీవించాడు. బాణుణ్ణి గౌరవించి, శివుని వీడ్కొని, ససైన్యంగా ద్వారకకు బయలుదేరాడు. యుద్ధవాద్యాలు మంగళవాద్యాలుగా మారిపోయాయి. శ్రీకృష్ణాదులు ఉషానిరుద్ధులతో వస్తున్నారని తెలియగానే ద్వారకలో

వసుదేవాదులు మహానందం పొందారు. గంటలో ద్వారక పెండ్లి ముస్తాబుతో కళకళలాడసాగింది.

మేడలనుంచి సువుంగలులు ఊపిరి సలపనట్టు పుష్పవర్షం కురిసి పెండ్లికూతుర్నీ, పెండ్లికొడుకునీ మెచ్చుకున్నారు. ఆ మెప్పులో సగం బ్రహ్మకికూడా చెందింది

'పురుషులలో నపూర్వ రస
పూర్ణ శరీర మనంగసూతికిన్.
తరుణులలో సమాన రహి
తంబగు రూపము బాణపుత్రికిన్
సరసముగా సృజించి, యిటు
సమ్మతి నిద్దరఁ గూర్చినట్టి యా
సరసిజగర్భుఁ డెంత గుణ
శాలి తలంపగ; పాటలాధరా!' (5-73)

క్రొత్త జంట పెద్దలవెంట అంతఃపురానికి వెళ్ళగానే వసు దేవాదులు చూసి చాలా సంతోషించారు. నూత్నదంపతులు పెద్దలకు పాదాభివందనాలు చేసి శుభాశీస్సు లందుకున్నారు, ఆనందంగా గృహ ప్రవేశం అయింది.

పతి ఎడబాటుతో కుంది క్రుంగిపోతూ కంటికీ మంటికీ ఏకధారగా ఏడుస్తూన్న రుక్మలోచన, పతిని చూడగానే ఆనంద బాష్పాలతో స్వాగతం చెప్పింది. అనిరుద్ధుడు ఆప్యాయంగా చేరదీసు కొన్నాడు.

దక్షిణనాయకుడై రుక్మలోచననూ, ఉషాసుందరినీ ఆలనలో, పాలనలో, లాలనలో సమానంగా చూస్తూ భూలోకంలో ఇంద్రభోగాలను భవిస్తూ తృణీకృత పురందరు డయ్యాడు అనిరుద్ధుడు.

పుత్రోత్సవం

ఉష నెలలు నిండి నీళ్ళాడింది. చంద్ర నవాంశలో శుభలగ్నాన గ్రహాలు ఉచ్చే స్వక్షేత్ర మిత్ర గృహాలలో ఉంటూ, చంద్రుణ్ణి వీక్షిస్తూ ఉండగా, శుక్ల పక్షంలో. సర్వ శుభలక్షణ లక్షితుడైన కుమారుణ్ణి కన్నది. ద్వారకలో ద్వారపాలకుడు మొదలు వసుదేవుడుదాకా సర్వులూ సమధికానంద సుధాబ్ధిలో ఓలలాడారు.

అనిరుద్ధుడు రెండు చేతులతో పుత్రోత్సవం పంచిపెట్టాడు. పురుడు తీరాక పదునొకండవనాడు కొడుకుకి పేరుపెట్టాడు. పటిష్ఠమైన పేరు 'వజ్రుడు' తలిదండ్రులూ, తాతముత్తాతలూ. అవ్వలూ, ముత్తవ్వలూ గారాబుగా పెంచుతున్నారు. అందరికీ ఆనందంగా పెరుగుతున్నాడు వజ్రుడు.

సాముద్రికం

చీకూ చింతా లేకుండా అనిరుద్ధుడు సుఖజీవితం గడుపు తున్నాడు. వసుదేవాదులు పెద్దలు అనుమతింపగా రాజసూయం అశ్వమేధం మొదలైన అనేక యాగాలూ చేశాడు. నేతిధారతో అన్నదానాలు అమితంగా చేసి సర్వ భూతతృప్తి కావించాడు. పేరుకే సవతులుగాని ప్రవర్తనలో ఏలాటి రవ్వా రొష్టూ లేక, రుక్మలోచనా, ఉషాసుందరీ ఏకశరీరంగా ఏక ప్రాణంగా మెలగుతూ సేవిస్తూ ఉండగా అనిరుద్ధుడు ఆత్మానందంగా కాలక్షేపం చేస్తున్నాడు.

అలా ఉండగా, ఒకనాడు సకల శాస్త్ర విశారదుడు నారదుడు వచ్చాడు. అనిరుద్ధుడు విధి విధానంగా నారదుణ్ణి పూజించి, అమోఘమైన నారదుని ఆశీస్సును పొందాడు. తరువాత నారదుడు వజ్రుణ్ణి తన తొడపై కూర్చొబెట్టుకుని పరిశీలనగా చూసి, అనిరుద్ధా! నీ కొడుకు అదృష్టవంతుడు. కనుబొమ్మల నడుమ కుడివైపు తిరిగిన రేఖ కలవాడు. సమస్తభూమినీ ఏలువాడు. నుదుట అయిదు రేఖ లున్నాయి. దీర్ఘాయుష్మంతుడు. పాదాలలో నిలువురేఖ లున్నవాడు కనుక, ఉత్తములని పేరొందిన వారిలో ఉత్తము డవుతాడు. నీ కొడుకు ముప్ఫయి రెండు పళ్ళవాడు. సమృద్ధిగా భాగ్యం కలవా డవుతాడు. శంఖంలాంటి కంఠం గలవాడు. సత్కీర్తి గలవా డవుతాడు. అరచేతులు గట్టిగానూ, పాదాలు మెత్తగానూ ఉన్నవాడు. కనక వీనికి ఐశ్వర్యం సమధికంగా ఉంటుంది.

సాముద్రికశాస్త్రం చెప్పిన శుభలక్షణాలన్నీ నీ చిన్ని కొడుక్కి ఉన్నాయి. అన్ని విధాలా అదృష్టవంతుడని వేరే చెప్పనక్కరలేదు, ఒక్క విశేషం చెపుతున్నాను విను. ఈ శిశువు శ్రీమన్నారాయణుని అంశతో పుట్టినవాడు. తెలిసిందా?

నీవు సామాన్యుడవా?భగవత్స్వరూపుడవు.ఆదిగర్భేశ్వరుడవు. బ్రహ్మజ్ఞాన నిధివి. మరి నీ కిలాటి ఉత్తమ పురుషుడు జన్మించడం స్వాభావికమే కదా! ఔను! సింహం కడుపున చిట్టెలుక పుట్టుతుందా?

అనిరుద్ధుడు ఆనందంగా, వినయంగా మునీంద్రునకు నమస్కరించాడు. నారదుడు దీవించి వెళ్ళిపోయాడు.

ఉష పార్వతీ దేవివల్ల తాను నేర్చిన సంగీతమూ, నాట్యవిద్యా ద్వారకలో కోరిన వారికి సముచితంగా నేర్పింది. సౌరాష్ట్రదేశీయులైన చంద్రముఖులు ద్వారకలో ఉషశిష్యురాండ్రవద్ద ఆరెండు విద్యలూ సలక్షణంగా నేర్చుకున్నారు. వారివల్ల క్రమంగా అన్నిదేశాల కాంతలూ ఆ విద్యలను అభ్యసించారు. (నాట్య సంగీతాలు దైవీకళ లని గ్రహించాలి)

అనిరుద్ధుడు

'సర్వము బ్రహ్మమయము.'

ప్రపంచ మస్థిరము. బ్రహ్మైవాహమ్ (నేనే బ్రహ్మను) అనే వేదాంత సార వచనార్థం తనలో దిట్ట పరచుకొని, ఎఱుక (వివేకం) గలవాడై ఆత్మానుసంధానం చేస్తూ జనకుని (జనకమహారాజు, తన తండ్రి)లాగా ఆత్మజ్ఞానియై, సంసారంలో తామరాకు మీది నీటిచుక్కలాగా సంసారాన్ని అంటీ అంటక, జీవితనాటక పుటలు తిప్పుతున్నాడు అనిరుద్ధుడు.

ఇంద్రనీలం వన్నెతో, గుండ్రనై, తామర తొడిమవంటిదై , ప్రక్కలను చక్రరేఖ వుండి ముఖమున మూడు రేఖలతో ఉన్న సాలగ్రామం అనిరుద్ధుని మూర్తిగా భావించి, విధి విధానంగా పూజ చేసేవారికి అనిరుద్ధమూ ర్తి కృపాళువై సకల సంపదలూ ప్రసాదిస్తాడు.

ఫలశ్రుతి

ఈ అనిరుద్ధ చరిత్ర వ్రాసినా, చదివినా, వినినా సకల శుభ ప్రాప్తి అవుతుంది. ఈ మాట పరమ భాగవతో త్తముడైన సూతుడుశౌనకాదులైన మునులకు చెప్పాడు. మొదట అడిగినవాడు పరీక్షిత్తు. ఆయనకు చెప్పినవాడు వ్యాసులవారి కొడుకు శ్రీశుకుడు, ఎవ రెన్ని విధాల వ్రాసినా వస్తువు ఒక్కటే. మూల పదార్థం ఒక్కటే. బంగారం ఒక్కటే. చేసేవారి నేర్పుతో, ఓర్పుతో రకరకాల అలంకారాలు తయారవుతాయి. బంగారానికి పుట్టుకతోనే 'అన్ని లోహాల కన్న మిన్న' అనే ప్రథమగణ్యత వచ్చింది. అలాగే అవతారమూర్తుల చరిత్రములు పాప లతా లవిత్రములై పరమ పవిత్రము లౌతవి. జగాలు సురిగినా, యుగాలు తిరిగినా చెక్కు చెదరక నిల్చి ఉన్నాయి, ఉంటాయి.

కృతజ్ఞత

ఈ మహా ప్రబంధం 'విద్యలకీ వాద్యాలకీ, శాస్త్రాలకీ, శస్త్రాలకీ, వర్ణనలకీ రూపకల్పన యిచ్చే అనల్ప శిల్ప విన్యాస ప్రబంధం' అనే మాట యీనాటిది కాదు. పరిమిత పద్ధతిలో వ్రాసిన యీ నాలుగు మాటలలో అవన్నీ వివరించడం సాధ్యం కాదని మనవి చేస్తూ, జ్యోతిశ్శాస్త్రంలో కవికి గల పరిచయానికి, ఒక పద్యం ఉదాహరిస్తూ యీ ఉపోద్ఘాతం ముగిస్తున్నాను.

పాపయుత త్రిషష్ఠము శు
    భస్థితి కేంద్రము కార్యపూర్ణ దృ
గ్వ్యాపకముం గదా యని శ
    రాసన లగ్నము చంద్రహోర ను
ద్దీపిత పుష్కరాంశ గణు
    తించి విశేషముహూ ర్త మంచు మే
ధా పరిపూర్ణులైన వసు
    ధా విబుధుల్ వినుతింప నయ్యెడన్ (4-25)

శోణపురం మీదికి శ్రీకృష్ణుడు దండె త్తడానికి ముహూర్తం పెట్టించాడు. విబుధులు ముహూ ర్తం పెట్టారు. కొంచెం నాకు తెలిసి నంత వివరిస్తాను.

త్రిషడాయ గతాః పాపా
యది పూర్ణ శుభప్రదాః

లగ్నానికి మూడు, ఆరు, పదునొకండు స్థానాలలో ఉన్న పాపగ్రహాలు శుభఫలాన్ని సమృద్ధిగా ఇస్తారు.

(సహజ శుభులైన గురు శుక్రులు కేంద్రాలలో - అంటే 4,7,10 స్థానాలలో ఉండకూడదు. ఉంటే శుభఫలం ఇవ్వరు.)

కార్యస్థానం - అంటే లగ్నానికి పదవస్థానం - శుభస్థితిగా ఉండాలి. శుభగ్రహాల దృష్టిసంబంధం ఉండాలి.

చంద్రహోర - సూర్యోదయం మొదలు సూర్యహోర, చంద్రహోర అని మార్చి మార్చి వస్తూ ఉంటుంది. యుద్ధానికి విశేషించి చంద్రహోర జయప్రదం.

శరాసన లగ్నం- అంటే ధనుర్లగ్నం. ఇది ధనుష్పాణులై యుద్ధంచేసేవారికి శుభప్రదం. ఈవిధమైన జ్యోతిశ్శాస్త్ర రహస్యాలు తెలుసుకున్న విద్వాంసులు చెప్పిన శుభముహూర్తములో శ్రీకృష్ణుడు యుద్ధానికి బయలుదేరాడు.

శ్రీరాముడు లంకపై దాడికి బయలుదేరినపుడు అభిజిల్లగ్నాన వెళ్లినట్టు శ్రీమద్రామాయణములో ఉన్నది. అంటే-అది పగలు నడిమిభాగంలో ముప్పది విగడియలు దాటిన కాలం. ఆనాటి సూర్యోదయకాలాన్ని అనుసరించి, అది శ్రీరాముని జన్మనక్షత్రమైన పునర్వసుకి జయప్రదమైన కాలం.

ఈ ప్రబంధములో కృష్ణుని జన్మనక్షత్రమైన రోహిణినిబట్టి విద్వాంసులు నిర్ణయించిన పై ముహూర్తం శుభప్రదం.....

ఈలాటి శాస్త్రీయ విషయాలున్నూ, యుద్ధములో భూతగణాలు సానందంగా విందుచేసుకున్న వర్ణనలాంటి అపూర్వ వర్ణనలూ, అర్థ చమత్కారాలూ, శబ్దాలంకార సౌందర్యమూ అబ్బనామాత్యుని సరస విద్వత్కవితాశక్తిని నిరాఘాటంగా చాటుతున్నాయి. విశేష విషయంగా ఒక్కటి చెప్తాను. శృంగారముతో ప్రారంభించి శాంతరసంతో పూరించిన దివ్యప్రబంధ మిది.

లలితమైన శృంగారాన్ని ఎంత ముద్దుగా వర్ణిస్తాడో, గంభీరమైన వీరరసాన్ని అంత ఉద్ధతిగా వర్ణిస్తాడు. ఏ పరిస్థితిలోనూ ధారాశుద్ధికి లోటు రానీయడు. ఇంత శుచిగా రుచిగా రచించిన యీ మహాప్రబంధాన్ని ఎంతో అందంగా ముద్రిస్తూ, దీనిపై ఉపోద్ఘాతం వ్రాయవలసిందని ఆప్యాయంగా మిత్రులు శ్రీ యం. యన్. రావుగారు (ఎమెస్కో) కోరడం వారి సౌహార్దానికి సముచితమే గాని, నా శక్తి ఏపాటిదో నేను తెలుసుకోవద్దా?.......ఉత్సాహం ప్రేరేచగా ఏవో నాలుగు మాటలు వ్రాశాను. ఈ సద్భాగ్యం నాకు కలిగించిన శ్రీ రావుగారికి కృతజ్ఞుణ్ణి.

మన సుందరమైన తెలుగులో ఈలాటి రసవత్ప్రబంధాలు ప్రాచీనములు ఎన్నో సూర్యాలోకన భాగ్యానికి నోచుకోక తెరచాటున పడిఉన్నాయి. ఎమెస్కోవారి సదుద్యమ ఫలితంగా ఆ కృతులన్నీ సుందరాకృతులుగా వస్తాయని ఆశిస్తున్నాను. ఇక నామాట విడిచి, అబ్బయామాత్యుని ప్రబంధకథలోకి వెళ్ళండి!

పరిష్కరణము - పాఠ నిర్ణయము

పదునెనిమిదవ శతాబ్దమున, సాహిత్యప్రియత వెలార్చిన ప్రబంధకవులలో కనుపర్తి అబ్బయామాత్యుఁడు కడుఁ బ్రసిద్ధుఁడు. ఇతఁడు "అద్భుత కవితా శ్రీమంతుఁడు; గాన కళా ధీమంతుఁడు." తెలుఁగు పలుకుబడుల పసందులను, ఉక్తి వైచిత్రిని, లలిత మధుర కవితారీతిని కైవసము కావించుకొనిన ప్రతిభావంతుఁడు.

అబ్బయ, పోతరాజువలె నాముష్మిక చింతనుఁడు ; భగవదా రాధకుఁడు ; సహజ కవితా ధురంధరుఁడు. తన కావించిన - అనిరుద్ధ చరిత్రము, కవిరాజ మనోరంజనము - అను కావ్య కుసుమములను నరాంకితము గావింపనొల్లక, నరసింహాంకితము గావించి తృప్తిగాంచిన సుకృతివతంసుఁడు.

రస వివేక నిధానమై, శృంగార మహనీయమై, మధుర కవితాలంకృతమై, మనోజ్ఞ కథా సంకలితమై యలరారు ఈ యనిరుద్ధ చరిత్రమును బరిష్కరించుటలో మాకు నుపకరించిన ప్రతులు.

1. వావిళ్ళ రామస్వామిశాస్త్రులు అండ్ సన్స్‌వారి ప్రతి ;
   ఆదిసరస్వతీ ముద్రాక్షరశాల; చెన్నపురి; (1911).
2. ఆంధ్రప్రదేశ్ సాహిత్య అకాడమీవారి ప్రతి; హైదరాబాదు;(1967)
3. సి. పి. బ్రౌనుదొరచే సంపాదితమైన వ్రాఁతప్రతి (డి.నం. 379);

ప్రభుత్వ ప్రాచ్య లిఖిత గ్రంథాలయము, మద్రాసు-5.

పై వ్రాఁతప్రతిలోఁ గొన్ని పట్టుల ముద్రితప్రతులలోని వాని కంటె విభిన్న పాఠములు కనుపట్టినవి. వానిలో సరసములు, సందర్భోచితములు అని తోచినవాని నిందుఁ బ్రధానపాఠముగ స్వీకరించితిమి. ఆయాచోటుల ముద్రితాముద్రిత ప్రతుల పాఠములు గ్రంథాధోభాగమున గుర్తించితిమి. అని సహృదయులకు సాధు పాఠ వినిర్ణయమున విశేషముగా సాయపడఁగలవని మా యాశయము.

సంకేత వివరణము

మూ: మూలప్రతి యనఁదగు వ్రాఁతప్రతి పాఠము,

ము: ముద్రితములైన (వావిళ్ళ, అకాడమి) ప్రతుల పాఠము.

వా: వావిళ్ళప్రతి పాఠము

అ: అకాడమిప్రతి పాఠము.

సంగ్రహించిన సాధు పాఠములను గూర్చి యించుక !

అవ. 5. (వా) బ్రహ్మజ్ఞాన్వితుం జేయుతన్

(అ) బ్రహ్మజ్ఞనిం జేయుతన్

(మూ) ప్రజ్ఞాన్వితుం జేయుతన్

మొదటి పాఠమున వర్ణాధిక్యముచే ఛందోభంగ మేర్పడి యున్నది. రెండవ పాఠమునందు ఆ దోషము పరిహరింపఁబడినది. ఇఁక, మూఁడవ పాఠమునఁ గవి తనకుఁ బ్రజ్ఞా వైభవమును బ్రసాదింపుమని శాంభవిని బ్రార్థించినట్లున్నది. తరువాత వాణీ, వినాయక స్తుతి పద్యములయందును కవి తనకు వాగ్వైభవము ననుగ్రహింప వేఁడుకొనియున్నాఁడు. కావున 'ప్రజ్ఞాన్వితున్' అను పాఠమే సందర్భోచితమై కన్పట్టుచున్నది.

అవ. 8 (వా. అ) శ్రీహర్షుని సోము భారవిని జోరున్

(మూ) శ్రీహర్షుని మాఘు భారవిని జోరున్

మొదటి పాఠమునందు 'సోముఁడు' అను కవి ప్రస్తుతింపఁ బడియున్నాఁడు. ఇతఁడు సంస్కృత కవీంద్రశ్రేణిలోవిఖ్యాత కవియై విలసిల్లి నట్లు కానరాఁడు. ఆంధ్రకవి (నాచన సోముఁడు. పాల్కురికి సోముఁడు) గాఁ బరిగణింపరాదా? యన్నచో, వెంటనే యాతఁడు శ్రీనాథునితోఁ బేర్కొనఁబడియున్నాఁడు, కావునఁ బున రుక్తిదోష మనివార్యమగుచున్నది.

ఇఁక, మూఁడవ పాఠములో "మాఘే స న్తి త్రయో గుణా"యను పొగడికకుఁ గారణమైన 'శిశుపాలవధ' మహాకావ్యమును రచించిన సుప్రసిద్ధకవి 'మాఘుఁడు' పేర్కొనఁబడియున్నాఁడు. ఇది ప్రకరణోచితమైన సాధు పాఠము.

12-10 (వా, అ) తనరె భువన సాధారణ స్ఫూర్తితోడన్

(మూ) తనరె భువి నసాధారణ స్ఫూర్తితోడన్

ఈ పద్యమున బాణుని యవక్ర విక్రమము అభివర్ణితమైయున్నది. ఆతఁడు దిక్పతులనెల్ల నిర్జించి త్రైలోక్య ప్రాభవముతో వెలుఁగొందు చున్నవాఁడు. అంతగొప్ప వీరుఁడు ఈ భువనమున మాత్రము 'సాధారణ స్ఫూర్తితోడ' విరాజిల్లుచున్నాఁడఁట. ఇది వ్యాహతభాషితముగఁ గన్పట్టుచున్నది.

భువిన్ అసాధారణ స్ఫూర్తితోడన్ - అను రెండవ పాఠమున సందర్భశుద్ధి సొబగారుచున్నది. ముక్కంటినే యెక్కటి కయ్యమున కాహ్వానించిన బలియుఁడు కదా యీ బాణుఁడు!

3-14 (వా, అ) మందాక్షాంచలముల్ క్రమించి

(మూ) మందాక్షాచలముల్ క్రమించి

ఈ పద్యము నిశావర్ణనములోనిది. మన్మథుఁడను మంత్ర దేవత సమాకర్షింపఁగా,జారిణులు లజ్జాపర్వతములను దాటి, కులాచార స్రవంతుల నుత్తరించి, నింద యను గహనాటవులను గడచి, సంకేత స్థలములలోఁ దమ ప్రియ విటులను గూడిరి- అని పద్య భావము.

'మందాక్షాంచలముల్' అను మొదటి పాఠములో - సిగ్గులనెడి కొండలను దాటి-అను చక్కని భావస్ఫూర్తి గల రూపకమున కవకాశము కానరాదు.

అంచలము=కొంగు; అచలము = కొండ.

3-18 (నా) తమ్మిచేరాశకల మారణమ్ము చేసె

(అ) తమ్మి పేరాశలను మారణమ్ము చేసె

(మూ) తమ్మిరా రాసెకల మారణమ్ము చేసె

మొదటి పాఠము అనన్వితమైన యపపాఠము, రెండవ పాఠము సవరణ భాగ్యము నందినది. ఇఁక మూఁడవ పాఠము:

తమ్మిరా = తామరలకు రాజైన సూర్యుని, రా = శిలలయొక్క, సెకలన్ = వేడిని, మారణమ్ము చేసె = అంతమొందిచెను = అని భావము.

అర్కకాంతమణి సూర్యకిరణ స్పర్శచే ప్రజ్వరిల్లును.ఆ మణుల యందలి వేడిని చంద్రకిరణములు చల్లార్చును. సూర్యుఁడ స్తమించెను, చంద్రుఁ డుదయించెను- అను సొగసైన, ప్రకరణోచితమైన భావదీప్తి గల పాఠ మిది. రెండవ పాఠమున సూర్యాస్త మయముచేఁ గమలములు ముకుళించె నని మాత్రము బోధ కల్గు చున్నది. కాని, చంద్రోదయరూప వస్తుధ్వని యందు మృగ్యము.

కొన్ని లాక్షణికాంశములు :

2-10 ఆ లీలం బూర్వదేవుం డతుల.....

ఇది స్రగ్ధరావృత్తము. ఇందౌ మ ర భ న య య య- అను గణములు క్రమముగా నుండును. ఈ పద్యము పూర్వ ముద్రితప్రతులలో 'లఘుస్రగ్ధర' యని పేర్కొనఁబడినది. ఇది మహాస్రగ్ధరకంటె భిన్నమైనది (చిన్నది) యని సూచించుతలంపునఁగాఁబోలును బూర్వపరిష్కర్త లారీతిఁ బేర్కొనిరి.

4-65 రాలెన్ నక్షత్ర పంక్తుల్......

పూర్వ ముద్రిత గ్రంథములయందు ఈ పద్యము 'మహా స్రగ్ధర' యని పేర్కొనఁబడినది. ఇదియును- స్రగ్ధరావృత్తమే.

3-131 ప్రతాపవ ద్రిపుద్రుమ ప్రభంజన ప్రభంజనా

ఇది పూర్వ ముద్రితప్రతులయందు స్రగ్ధర యని గు ర్తింపఁబడినది.కాని, ఇది- పంచచామరవృత్తము. ఇందు- జ ర జ ర జ గ - అను గణములుండును,

5-56 (వా , అ) నవరత్న భూషణాం-బర సుగంధద్రవ్య

(మూ) వరరత్న భూషణాం-బర సుగంధద్రవ్య

మొదటి పాఠమున యతి తొలఁగినది.

3-46 బా,ణ నిలింపాహిత రాజధానియగు శో-ణాఖ్యం బ్రవేశించి యా

ఇందు 'అఖండయతి' కన్పట్టుచున్నది.

2-45 (వా) యౌవనంబును బోలి-యవ్వనంబు

(అ, మూ) యవ్వనంబును బోలి- యవ్వనంబు

కవి, 'యౌవన' శబ్దమును 'యవ్వన' అని గ్రహించి యను ప్రాసమున ననుసంధించియున్నాఁడు. ఈ శబ్దచమత్కృతిని వాళ్ళవి పాఠము తొలఁగించినది.

ర॰ 'యవ్వన' శబ్ద విషయము [1]అహల్యాసంక్రందనములో "పరిష్కరణము - పాఠనిర్ణయము" అను శీర్షికయందుఁ జర్చింపఁబడియున్నది. (చూ, పు. 44)

4-16 అయ్యిట్లున్నది సేయఁగావలయు.....

చింతామయంబై + ఇట్లు= చింతామయంబై యిట్లు అని విసంధియందు యడాగమప్రాప్తి కావలసియుండఁగా, 'ద్విత్వయకార' మాగమ మగుట విశిష్ట (వ్యావహారిక) ప్రయోగమని తలంపవలయును, ఇది ప్రాసస్థానమున నిబద్ధమై యుండుటచే నపరిహార్యమైనది.

ఇట్టిదే మరొక ప్రయోగము [2]బిల్హణీయమునఁ గనవ్పట్టుచున్నది. వివరము లందలి పరిష్కరణముాపాఠనిర్ణయము అను విభాగమునఁ జూడఁదగును. (చూ. పు. 38, 39)

కొన్ని విలక్షణ ప్రయోగములు

2-24 మీనులు (మీలు)

2-88 చాలా, ఏలా

2-107 సుందరము (సౌందర్యము)

3-65 ,, ,,

2-137 నిన్నుండి (నీవలన)

3-10 ఆపేక్ష (అపేక్ష)

3-76 మంగళార్తులు (మంగళారాత్రికలు)

3-81 వలపనేయురులు

3-83 దినక్రొత్తలు (వైరిసమాసము) ఇట్టివి కొన్ని ; దినవెచ్చము పాండురం;

3-16. దినచల్వము: విజయ: 2-144

4-36 క్షేమకారి (గరుడపక్షి)

అవ-18 ఎట్టిదయినన్నానంద (ఎట్టిదయినన్ + ఆనంద) - ద్రుత ద్విత్వ సంధి

4-97 గిట్టుచున్నుండు (గిట్టుచున్ + ఉండు) - ద్రుతద్విత్వసంధి

5-91 వ్రయము (వ్యయము)

లావణ్యవి త్తమేలా వ్రయించె. క్రీడా. ప. 287

కొన్ని యన్యదేశ్య పదములు

5-88 ఛప్పన్న = ఏఁబదియాఱు

3-19 సంచిణీహశము = ఎలగోలుమూక

ఖిన్నీదుముదారు = మొనముందుండు సరదారు

వజీరులు = మంత్రులు

రాస్తాను చపాను కొలువన్ = కుడియెడమలఁ గొలిచి యుండఁగా

ఫేషువా = మొనగాఁడు (సేనాధిపతి)

హుజూరు = సమ్ముఖము

చెలామణీ హొనరు = గమన విధానమందలి హెచ్చరిక

నిశానీదారుఁడు = జెండా దాల్చువాఁడు

కర్నాచీ డమారములు = తుతారాలు, నగారాలు

సరణి, కావాలు, రంగురుఖల్, చౌపుటములు = ఇవి గతి భేదములు

హిరాకి = గుఱ్ఱము (వాహనము)

సైబు = ఖడ్గము

పాదుశహా = దొర

ఇందు స్వీకరింపఁబడిన పాఠములు సహృదయుల కామోద పాత్రములు కాఁగలవని మా యాశయము.

శ్రీ

అనిరుద్ధ చరిత్రము

అవతారిక

(ఇష్ట దేవతా స్తుతి-కవీంద్ర పురస్కృతి-కుకవి తిరస్కృతి. భగవదంకిత కావ్య ప్రశ స్తి-కవికి స్వప్నమున మంగళాచల నృసింహస్వామి యనుగ్రహము- కవి వంశ ప్రశ స్తి-కృతిపతి మంగళాద్రీశుని మాహాత్మ్యము-షష్ఠ్యంతములు.)

ఇ ష్ట దే వ తా స్తు తి

శ్రీ నిత్యోత్సవ మందిరంబు లగు ల
క్ష్మీ మోహనాపాంగ వీ
క్షా నీలోత్పల మాలికావళులు, శృం
గారంబుగా నంగపూ
జా నైపథ్య మెలర్ప, ద త్తనులతా
సంశ్లిష్ట కేళిం బ్రియా
నూనుండై తగు, మంగళాచల నృసిం
హుం డిచ్చు మా కోరికల్. 1

చ. సరసతఁ [1]గౌఁగిలింప, గిరిజా కుచపాళి నిజాంగలి ప్త భా
సుర భసితాంతమై కులుకుచున్ వెలి దామరమొగ్గ జోడు సుం
దరత వహించుచుండ, మమతం బలుమాఱును జూచి సొక్కు శం
కరుఁడు ప్రసన్నుఁ డై యొసగుఁగావుత మాకు నభీష్ట సంపదల్. 2

1. గౌగిలించి

మ. అకలంకంబగు చిత్తశుద్ధికొఱకై యశ్రాంతమున్ మ్రొక్కెదన్
సకల స్థావర జంగమాత్మక జగ త్సంసార నిర్మాణ క
ర్తకు, నానా దురితాపహ ర్తకు, సమస్తామ్నాయ సంధర్తకున్,
ప్రకట స్మార్తమనో విహర్తకును, [1]వా క్ప ద్మే క్షణా భ ర్తకున్. 3

చ. కలిమికిఁ బుట్టినిల్లు, సురకన్యల కేలికసాని, ముజ్జగం
బులకును గన్నతల్లి, కృతపుణ్యులకున్ ధన ధాన్యరాశి, వి
ద్యల చెలి క త్తగారు, కలశాబ్ధికిఁ గూరిమి పట్టి, శౌరికిన్
గులసతి, యాదిలక్ష్మి దయ గుల్కెడి చూపుల మమ్ముఁ బ్రోవుతన్. 4

శా. శ్రీవిద్యా బగళాముఖీ భగవతీ చింతామణీ శ్యామలా
దేవీ వశ్యముఖీ సమాహ్వయములన్ దీప్య న్మహా మంత్ర యం
త్రావిర్భూత నిజాంశ లాశ్రితుల కిష్టైశ్వర్యముల్ చేయఁ జి
ద్భావాకారత నొప్పు శాంభవి ననున్ బ్రజ్ఞాన్వితుం జేయుతన్. 5

చ. రవ రమణీయ కీర సుకరంబు నభీష్ట ఫలోదయంబు మా
ర్దవ సుమ గంధయు క్తము సుధా సమ వర్ణము గల్గి వర్ణనీ
య విబుధలోక కల్పతరువై తగు పద్మజు రాణి [2]న ర్తనో
త్సవము వహించుఁగాత నిరతంబును మ ద్రసనాంచలంబునన్. 6

ఉ. అంబుజగర్భ నిర్జరవరాదులచేత సపర్యలందు హే
రంబుఁ, గృపావలంబు, మునిరాణ్ణికురంబ మనోంబుజాత రో
లంబు, దరస్మితానన కళా జిత శారద చంద్రబింబు, భూ
షాంబర రుగ్విడంబు, విజితారి కదంబు, భజింతు విద్యకై. 7

కవీంద్ర పురస్కృతి

మ. దినరా ట్తేజులఁ గాళిదాసు, భవభూతిన్, దండి, బాణున్, మయూ
రుని, శ్రీహర్షుని, [3]మాఘు భారవిని జోరు, న్నన్నపన్, దిక్కశ
ర్మను, శ్రీనాథుని, సోము, భీమకవి, నెఱ్ఱాప్రగ్గడన్, భాస్కరున్
వినుతింతున్ హరిభ క్తి నిష్ఠుల మహా విద్వత్కవి శ్రేష్ఠులన్. 8

---

1. వాక్పద్మాననా (మూ), 2. వర్తనో, 3. సోము (ము)

చ. చతుర కవిత్వతత్త్వ పటు సంపద యొక్కరి సొమ్ము గాదు, భా
రతిదయ సౌధవార్ధి, కవిరాజుల మానసముల్ ఘటంబు, లా
యతము కొలంది లబ్ధమగు నయ్యమృతం, బటుగాఁ దలంచి య
ద్యతన కవీంద్రులార! కృప దప్పక, మత్కృతి నాదరింపుఁడీ! 9

తే. కాళిదాసాదులకు నైనఁ గలవు తప్పు
లనిరి పెద్దలు, మాదృశు లనఁగ నెంత;
తప్పు గలిగినఁ [1]దీర్పుఁడీ యొప్పుగాను
బాలునకు బుద్ధి నేర్పిన భంగిఁ గవులు. 10

తే. భగవదర్పిత కావ్యంబుపట్ల [2]నెరసు
లెన్ని దూషింపవలదు మా యన్నలార!
ఘన కిరీటంబు ధరియించుకొనిన తలకు
సుళ్లు లెక్కలుపెట్టుట చొప్పుగాదు. 11

కుకవి తిరస్కృతి

చ. సుకవుల సూక్తులందు సరసుల్ నెరసుల్ వెదుకంగబోరు, మ
క్షిక వితతుల్ వ్రణంబుఁ బరికించు గతిం, గొదవల్ గణించుటల్
కుకవుల నైజబుద్ధి; తెరలోఁ గథచొప్పున బొమ్మ లాడఁగా
నొక కడ హాస్యపుం బ్రతిమ లుండవె పెక్కులు, వెక్కిరించుచున్. 12

వ. అని, యిట్లు బ్రధాన దేవతా నమస్కరణంబును, బురాతనాద్యతన సుకవి పురస్కరణంబును, గుకవి తిరస్కరణంబును గావించి యనంతరంబ, 13

భగవదంకిత కావ్య ప్రశస్తి

సీ. శ్రీ మంగళాద్రి లక్ష్మీనృసింహుల కటా
క్షాంచ లామృత వృష్టి నంకురించి,
సంగీత సాహిత్య సరస సౌష్ఠవ యుక్తి
శాఖోపశాఖలఁ జాలఁ బ్రబలి,
రసిక రాజన్య ముఖ్య సమాజ బహుమాన
సతత వసంతాభిరతిఁ జిగిర్చి,

1. దిద్దుఁడీ, 2. నెరసులున్న (ము)

దైవ నామాంకిత స్తవ మనోహర భావ
పద వాక్య సుమములఁ బరిమళించి,

తే. యభినవ స్థితిఁ బెంపొందు నస్మదీయ
భాగధేయ సారస్వత పారిజాత
తరువునకుఁ దగు సత్ఫలోదయము గాఁగ,
సముచితంబుగ నొక ప్రబంధము రచింతు. 14

క. చదువులకు మేర యెయ్యది
చదివిన మాత్రంబె చాలు, సరస వచ స్సం
పదఁ దా నేర్చిన కొలఁదిని
యదనఁ గవితఁ జెప్పి, హరికి నర్పింపఁ దగున్. 15

మ. అతి దాక్షిణ్యుఁడతండు, పూర్వకవి [1]కావ్య ప్రౌఢ వాచా రసో
న్నతులం దేలినఁ దేలుఁగాక యెపుడున్, నావంటి కించిద్జ్ఞుచేఁ
గృతి విశ్వాస మెఱింగి చేకొనియెడున్, శృంగారవద్వల్లవీ
రతులం జొక్కియుఁ, గుబ్జ మేను వగమీఱన్ దీర్చి చేపట్టఁడే. 16

క. భగవంతుని సద్గుణములు
పొగడు వివేకంబె తమ కపూర్వైశ్వర్యం
బగుట, నర స్తుతి సేయరు
జగతిన్ సత్కవులు తుచ్ఛ సంపదకొఱకై. 17

మ. హరి నామాంకిత కావ్య మెట్టిదయిన, న్నానందమై సజ్జనా
దరణీయం బగుఁ, బుష్ప మాలికలలో దారంబు చందంబునన్:
నర నామాంకితమైన కావ్యము రసౌన్నత్యస్థ మయ్యున్, నిరా
కరణంబై చను, హీనజాతి పురుషుం గై కొన్న వేశ్యం బలెన్. 18

చ. కృతులు నిజాంకితంబు లొనరించిన నిష్ట ధనంబు లిచ్చి స
మ్మతిఁ బ్రభువుల్ కవీశ్వరుల మన్ననసేయుట కీ ర్తిఁ గోరి, ని
శ్చితమతి దేవతా స్తుతియె సేయు కవీంద్రుల నాదరించి స
త్కృతి యొనరించు సత్ప్రభుని కీర్తికిఁ గీర్తి ఘటింపకుండునే? 19

---

1. వాక్య (మూ)

కవికి స్వప్నమున మంగళాచల నృసింహస్వామి యనుగ్రహము

వ. అని తలంచి, యొక్కనాఁటి రాత్రియందు, నా యిష్ట దైవంబైన శ్రీ మంగళాచల నృసింహదేవు దేవాలయంబునకుం జని వివిధ మణి గణ విరాజితంబును, ప్రదీప్త హాటకమయంబునునై, నయనారవిందంబులకు నూతనంబైన యానంద వికాసంబు సంపాదించుచున్న గోపుర ప్రాకార శిఖర గర్భ గృహాంతరాళికా ముఖ మండప ప్రభా సౌభాగ్యం బవలోకించి, యాశ్చర్యంబు నొందుచుఁ బ్రదక్షిణంబులు చేసి, స్వామి దర్శనంబు సేయుచు నుత్సాహంబున నంతర్గృహంబున కరిగి యందు, 20

సీ. సంపూర్ణ పూర్ణిమా చంద్ర బింబమువంటి
మోమునఁ జిఱునవ్వు మొలకలెత్త,
నంక పీఠమున సుఖాసీనయై యున్న
[1]కమలా విలాస విభ్రమ మెసంగ,
శంఖ చక్ర గదాబ్జ సంశోభితములైన
బాహా చతుష్టయ ప్రభలు నిగుడ,
గ్రైవేయ మకుట కంకణ కుండ లాంగద
హారావళులు మేన నందగింప,

తే. బాలికా హ స్తపంక జాలోల చారు
చామ రానిల మోదిత స్వాంతుఁ డగుచు,
దివ్య సింహాసనంబునఁ దేజరిల్లు
మోహనాకారు, నరసింహమూ ర్తిఁ గంటి. 21

క. కని, సాష్టాంగముగా వం
దనములఁ గావించి లేచి, తత్సామీప్యం
బున నిలిచి యుండఁగాఁ గని,
ననుఁ జల్లని చూపు చూచి, నయముగఁ బలికెన్. 22

క. బాలత్వమందె నీకు ద
యాళుఁడనై యొసఁగితిన్ మదర్పిత కవితా

1. కమలా నివాస (ము)

ఖేలనమును, మద్భజనా
శీలంబును దృఢముగాఁగఁ జేసితి వత్సా! 23

క. అనిరుద్ధ చరిత్రముఁ జ
క్కని ముచ్చట వి స్తరించి కణఁగి ప్రబంధం
బొనరింపుము, శ్రేయో వ
ర్ధనమగు, మాపేర నంకితము సేయు తగన్. 24

వ. అని పలికినఁ బరమానంద భరిత హృదయుండనై, తద్వచనంబు మహా ప్రసాదంబుగా నంగీకరించుకొని యిట్లంటి. 25

ఉ. ఓ కమలా మనోరమణ యో పరమేశ్వర! యో జగత్పతీ!
యో కరిరాజ దైన్యహర! యో శరణాగత వజ్రపంజరా!
యో కరుణా రసామృత పయోధి! పునర్జననంబు మాన్పి, సౌ
ఖ్యాకరమైన సత్పదము నందగఁజేసి, కృతార్థుఁ జేయుమీ! 26

వ. అని పునః పునః ప్రణాంబులు చేసి, తదనుజ్ఞ వడసి, యందుండి మరలి గృహంబునకు వచ్చితినని_యాదృశంబైన స్వప్నంబుఁ గాంచి మేల్కని యపరిమిత ప్రమోద రస మగ్నాంతరంగుడనై కొంత తడవు తదీయ దివ్యమంగళ విగ్రహంబు భావించుచుండితిని. ఇవ్విధంబునఁ దదనుగ్రహంబు వడసినవాఁడనై యేత త్ప్రబంధ రచనాక్రమంబున కుపక్రమించి మద్వంశ ప్రకారంబు వర్ణించెద. 27

కవి వంశ ప్రశస్తి

సీ. శుభక రాప స్తంబ సూత్రుండు, కౌండిన్య
గోత్రుండు, నార్వేల కుల పవిత్రుఁ
డగు బసవన మంత్రి కమరప్ప ముమ్మన
పెద్దన యెల్లప్ప ప్రియ తనూజు,
లా కుమార చతుష్టయంబులో ముమ్మనా
మాత్యుండు సత్కీ ర్తి మండనుండు,
తత్తనూ జాతుఁ డు త్తమ ధర్మశీలుండు
నిర్మల చరితుండు నిమ్మనాథుఁ,

తే. ఘనని నిజ సాధ్వి యగు కొండమాంబ గర్భ
మందు జనియించె వినయ విద్యాచణుండు,
హరి హర ధ్యాన సేవా పరాయణుండు,
మహిత [1]గుణశాలి, యబ్బయామాత్యమౌళి. 28

ఉ. [2]నిండు [3]గుణంబు, సత్యమును. నీతియు, శాంతము, గల్గి, కీర్తిమం
తుండయి, భోగ భాగ్యములతోఁ జెలువొందుచుఁ గొండవీటి భూ
మండల నాయకుల్ మిగుల మన్నన సేయఁగఁ బెంపు మీఱ స
త్పండితుఁ, డబ్బమం త్రి కనుపర్తి పురాన్వయ వార్ధి పూర్ణ చం
ద్రుండని లోకు లందఱు నెఱుంగుటకున్ నుతి సేయనేటికిన్. 29

తే. అమ్మహాత్ముని గేహిని యైన [4]పుణ్య
వతికి లక్ష్మాంబ కుదయించె సుత యుగంబు
మహిత గుణశాలి రాయన మంత్రి వరుఁడు
నిరుపమ గుణోజ్జ్వలుండగు నిమ్మ ఘనుఁడు. 30

క. ధీనిధి రాయన మంత్రికి
మానవతీ మణికి నరసమాంబకు జననం
బైనార మిరువుర మె యో
గానందుఁడు, నబ్బనార్యుఁ డనఁదగు నేనున్. 31

క. నరసింహ పాద భక్తుఁడ,
నరసింహ కృపా ప్రసాద నయ లబ్ధ మతిన్,
నరసింహార్పిత హృదయుఁడ,
నరసింహుని కరుణఁ జాల నమ్మినవాఁడన్. 32

కృతి పతి మంగళాద్రీశుని మాహాత్మ్యము

వ. ఇట్టి నాచేత విరచనీయంబగు నేత త్ప్రబంధ సామ్రాజ్యంబునకు మూర్ధాభి
షిక్తుండగు మహానుభావుని ప్రభావంబు వర్ణించెద. 33

---

1. రుచిహేళి, (మూ)
2. ఇది పంచపాది
3. మనంబు
4. పుణ్యసతికి (ము, అ)

సీ. శ్రీవైష్ణ వాలయ శ్రేణులందుఁ జెలంగు
ద్రావిడ గ్రంథ నాదములవలన,
వర మహీసుర యజ్ఞవాటి కాంతరములఁ
గొమరారు హోమ ధూమములవలన,
విపణి వీథులయందు వినిహితంబై యున్న
ధన ధాన్య ముఖ పదార్థములవలన,
నేలా లవంగ తాంబూల వల్లీ చంద
న ముఖ శోభిత వనాంతములవలనఁ,
తే. గమల కైరవ కహ్లార కలిత లలిత
విమల జల సాంద్ర కాసార వితతివలన,
భాసురంబగు లక్ష్మి నివాస మగుచు,
దివ్య తిరుపతి, మంగళాద్రి స్థలంబు. 34

క. తిరుపతులు నూటయెనిమిది
పురుషోత్తమ శేషశై లములు మొదలుగ, నా
తిరుపతులలోన,మంగళ
గిరి విష్ణు నిజ స్థలంబు కేవల మరయన్. 35

మ. జగ దానందకరంబు, మోక్ష పదవీ సోపాన మార్గంబు, యో
గి గణాకీర్ణ [1]గుహాంతరంబు, శిఖర క్రీడా విలోలాప్సరో
మృగనేత్రా సు కరాంగులీ చలిత తంత్రీ వ్రాత వీణా రవా
నుగుణాంచ త్పిక నాద మద్రి చెలు వొందున్ మంగళాభిఖ్యతన్. 36

ఉ. ఆ మహనీయ శై ల శిఖరాగ్రమునందు నృసింహమూర్తి తే
జోమయ దివ్య వక్త్రమున శోభిలుచున్ నిజ భ క్తకోటి శ్ర
ద్ధా మతిఁ జేయు పానకముఁ దా నెలమిన్ సగ మారగించి, త
త్కామితముల్ ఫలింపఁగ సగంబుఁ దగన్ దయసేయు వారికిన్. 37

చ. గిరి దిగువన్ వినూత్న మణి కీలిత మండప మధ్యభాగ భా
సురతర పీఠమందు నతి సుందరమూర్తి ధరించి యిందిరా
తరుణియుఁ దాను నుండు నిరతంబు నృసింహుఁడు దివ్య హారనూ
పుర కట కాంగులీయక విభూషణ పుంజ విరాజమానుఁడై. 38

1. గణాకర్ణమహాంతరంబు (ము)

తే. ఇట్టి మంగళగిరియందు, నెగువ దిగువ
తిరుపతుల రెంటి మధ్య ప్రదేశమందు
శంకరుఁడు సర్వమంగళా సహితుఁ డగుచు
నుండు నెప్పుడు సహవాస యోగ్యుఁ డగుచు. 39

సీ. కళ్యాణ సరసిలోఁ గదిసి మజ్జన మాడి
ధౌత వస్త్రంబు లందముగఁ దాల్చి,
కుధరాగ్ర మెక్కి మార్కొండ లక్ష్మి భజించి
నరసింహునకు వందనములు చేసి,
మిరియంబు లేలకుల్ మెదిపి చక్కెరతోడఁ
గలిపి తియ్యని పానకమ్ము చేసి,
స్వామి కర్పించి శేషంబైన సగమును
భక్తుల కెల్లను బంచిపెట్టి,

తే. నగము దిగివచ్చి శివ దర్శనంబు చేసి,
దిగువ నరసింహు నిందిరాదేవిఁ గొలిచి.
భోగ మోక్షంబు లనుభవింపుదురు జనులు.
సత్య మిది మంగళాచల స్థలమునందు. 40

సీ. వేంకటాచలమున వేసట నొందక
వడలు భుజింపగాఁ బొడము దప్పి,
శ్రీరంగమున నాసతీఅంగఁ బొంగళ్లు
భోజనం బొనరింపఁ బొడము దప్పి,
కాంచీపురంబులోఁ గాంక్షకొద్దిని జేరి
యిడ్డెనల్ భక్షింప నెసఁగు దప్పి,
[1]యళగిరి స్థలమున నాపోవఁగా దోసె
లారగించినఁ బుట్టినట్టి దప్పి,

తే. యర్చక స్తోమ హ స్త శంఖాగ్ర ముక్త
లలిత గుడ జలధారా ఘళం ఘుళాయ
మాన పానీయ మహిమచే నణఁచికొనును
జలజనాభుండు మంగళాచలమునందు. 41

1. అళగిరి = దక్షిణ మధుర

ఉ. ముంగిటి కల్పభూరుహము, మూలధనంబు నివేశంబులో,
బంగరు వాన, చేతి కగపడ్డ తలంపుల మానికంబు, ముం
గొంగు పసిండి, భక్తులకుఁ గోర్కుల పంట, జగంబులందు మా
మంగళ శై ల వల్లభు సమంబగు దైవము లేదు చూడఁగన్. 42

షష్ఠ్యంతములు

క. ఈదృగ్విధ కల్యాణ గు
ణోదార ప్రాభవునకు, [1]నుజ్జ్వలలీలా
సాదర కటాక్ష వీక్షా
పాదిత విబుధేంద్ర కమలభవ విభవునకున్. 43

క. అతులిత మతియుత నుతగుణ
యతికృత సుధ్యాన గతి నిరాకారునకున్,
శ్రిత కమలా సిత కమలా
యత విమలాంబిక సుఖప్రదాకారునకున్, 44

క. భూపాలంకారునకును,
దోషాట భట చ్ఛటా మదోత్కట గజ హృ
ద్భీషణ కంఠీరవ గళ
ఘోషిత కృత పాంచజన్య ఘూంకారునకున్. 45

క. మందార కుంద చందన
మందస్మిత సుందరైక మందిర నయనా
నంద వదనారవిందు న
కుం, దామరసోద్భవాస్య కుముదేందునకున్, 46

క. వర సుగుణ భక్తజనకృత
సరస గుడాంబో ర్ధ పాన సౌఖ్యునకు, శుభా
కర మంగళాచల స్థల
నరసింహాఖ్యునకు, సద్గుణ శ్లాఘ్యునకున్, 47

వ. అంకితంబుగా.............

1. నుద్యల్లీలా (ము)

శ్రీ

అనిరుద్ధ చరిత్రము

ప్రథమాశ్వాసము

(కథా ప్రారంభము: సూతముని కథనము- ద్వారకాపురీ వర్ణనము - శ్రీ కృష్ణ ప్రాభవము- ప్రద్యుమ్న విలాసము - అనిరుద్ధుని యభ్యుదయము - అనిరుద్ధని యందచందములు - రుక్మలోచన రూప సంపద - రుక్మలోచనానిరుద్ధుల వివాహ వైభవము - నవ దంపతుల శృంగార కేళి - ఆశ్వాసాంత పద్య గద్యములు.)

కథా ప్రారంభము

సూతముని కథనము

వ. నా రచియింపం బూనిన యనిరుద్ధ చరిత్రంబునకుఁ గథా క్రమం బెట్టిదనిన, భగవత్కథా సుధానుభవ కుతూహల సాంద్రులగు శౌనక ప్రముఖ మునీంద్రులు సకల పురాణేతిహాస ప్రసంగ వచన చాతురీ విఖ్యాతుండగు సూతునిం గనుంగొని యిట్లనిరి. 48

చ. జలజభవాభవ ప్రముఖ సంస్తవనీయ విశేష విష్ణు ని
ర్మల గుణ కీ ర్తనామృతము మామక కర్ణ రసాయనంబుగాఁ
బలుమఱు నీవు దెల్పుటకుఁ బాత్రులమైతిమి, పూర్వ పుణ్యముల్
ఫలితము నొందె నీవలన, భవ్య గుణాగ్రణి! రౌమహర్షణీ! 49

క. అనిరుద్ధుని చారిత్రము
వినుటకు మా హృదయములను వేడుక పొడమెన్
వినిపింపు సవి స్తరముగ
వినుత బుధ వ్రాత! సూత! వినయోపేతా! 50

వ. అనిన విని యమ్మునీంద్రుల కతం డిట్లనియె. 51

క. మీ రడగిన సత్కథ వినఁ
గోరి పరీక్షి న్నృపాల కుంజరుఁ డడుగన్,
ధీరుఁడు శుకయోగి సవి
స్తారంబుగఁ దెలుపఁ దలఁచి తా నిట్లనియెన్; 52

ద్వారకాపురీ వర్ణనము

సీ. ప్రాకార గోపుర ప్రాసాద పద్మరా
గ ప్రభా చుంబిత గగన తలము,
సంతత ఫల పుష్ప సాంద్ర నానా విధో
ర్వీరుహ కలిత శృంగార వనము,
చంద్రకాంతోపల సోపాన కలిత శో
భిత జల పూర్ణ వాపీ వ్రజంబు,
సరస సౌందర్య లక్షణ లక్షి తాకార
భామినీ పురుష సౌభాగ్యకరము.

తే. గంధసింధుర సైంధవ బంధురంబు,
సార సారస సరస కాసార విసర,
మలఘు జలనిధి పరిఘా సమావృతంబు,
పుణ్య నిలయంబు, ద్వారకా పురవరంబు. 53

ఉ. లోకములన్నియుం దనకు లోనుగ నుండగఁ, దన్ను లోనుగాఁ
బై కొనెఁ జక్రవాళ మని, పావక సన్నిధిఁ దాఁ దపంబు ర
త్నాకర మూన, నగ్గిరి [1]త దావరణాకృతిఁజేసి నిల్పెనో
కాక యజుండు చుట్టు ననఁగాఁ దగు నబ్ధి యగడ్త రూపమై. 54

ఉ. అల్ల సుధాపయోధి వపు రంతరమౌ లవణాబ్ధియందు, హ్రా
ద్వల్లభు రాజధాని యగు ద్వారకలో సుఖియించుచుండు సం
పల్ల లితాంగి యెప్పుడును బాయక పుట్టినయిల్లు న త్తవా
రిల్లును నేక దేశ మగు నింతుల వేడ్కలకుం గొఱంతయే? 55

1. తదావరణావృతి (ము)

మ. అలకౌన్నత్య పురీవరావరణ రేఖాగ్ర ప్రదేశంబులం
గలయన్ గొమ్మల సందు లేర్పఱిచి మార్గ శ్రేణిఁ గల్పించుటన్
నలినీ కైరవిణీ మనోహరుల యానంబుల్ నిరోధంబు లే
కలఘు స్ఫూర్తిఁ ద దంతరంబులఁ బొసంగన్ నిర్గమించుం గదా? 56

క. అగణిత తారా గణ చణ
గగనాంతము నిశలఁ దనరు ఘన లీలఁ బురిన్
దగఁగోట కొనలఁ గట్టిన
వగ జిగి ముత్యముల చందువా చందమునన్. 57

సీ. సహచరీ శంకా ప్రస క్తామరీ హుాయ
మాన కర్పుర పుత్రికా నుతములు,
ఇనవాహ హేషా ప్రహేళిత ప్రతిబింబ
ధారణ తోరణ దర్పణములు,
సామంత భ భ్రాంతి సల్లాపకృత్తార
కా మిళ ద్వప్ర ముక్తాఫలములు,
దై వత పారావత ప్రతిస్వన సంభ్ర
మప్రద విట విటీ మణిత రవము,

తే. లంబుజ కదంబ శాత్రవ బింబ మధ్య
హరిణ కబళిత కుహనా తృణాంకురాయి
త స్ఫుర ద్గారుడోప లాతత వితర్ది
యూథముల సౌధములఁ బురి నొప్పు మీఱు, 58

చ. ఉదయ నగేంద్ర మెక్కి యినుఁడున్నతమై గగనంబుఁదాఁకుఁ ద
త్సదమల హర్మ్యము ల్గని, రథంబున కడ్డము నిల్చునంచుఁ దా
మదిఁ దలపోసి, తిన్ననగు మార్గమునం జనఁ డంతకంతకున్
జదలను నిక్కి యవ్వలి దెసం దిగిపోవుచునుండు నిచ్చలున్. 59

మ. పగలున్ రేయి సమ ప్రకాశతను జీవంజీవ బంధుండు సోం
పగు ము త్తెంబుల చేరుచుక్క గమియున్ వ్యాజంబునం జేరు చు
క్కగమిం గూడి యనేక రూపములతోఁ గన్పట్టినా నొప్పుగున్
నగరీ హేమ శిరోగృహాగ్ర విహార న్నారీ ముఖాంభోజముల్. 60

ఉ. నిర్మల భర్మ రత్నమయ నిర్మిత విస్ఫుట హర్మ్య సంచయాం
త ర్మదనాహవ శ్రమ గత ప్రమదా రమణ చ్ఛటా తనూ
ఘర్మ నివారియై వినుతిఁగాంచు నుపాంత నిలింప నిమ్నగా
హర్మ్ముఖ పద్మగంధ విభ వానుభవాంచిత గంధవాహముల్. 61

తే. మీఁద నున్నట్టి కుంభ సింహాదికములు
తారకా మండలంబునఁ దగిలియుండఁ
జంద్ర బింబంబు నంటె నా సౌధ రుచులు
సురపురముమీఁదఁ దనర గోపుర విభాతి 62

సీ. అతని జన్మస్థానమగు విష్ణునాభికి
నూర్ధ్వముఖమున నుదయమైరి,
అతఁడు నల్మొగముల నభ్యసించినయట్టి
చదు వేక ముఖమునఁ జదువుకొనిరి,
అతని రాజసగుణ స్థితికంటె నుత్తమం
బగు సాత్వికమున శుద్ధాత్ములైరి,
అతడు మున్ జిర తపోగతిఁ గన్న హరిని భా
విత భక్తి వరదుఁ గావించుకొనిరి,

తే. పెద్ద పిన్నతనంబు రూపించుకొనిన
యధికు లనవచ్చు హంసవాహనునకంటె
సకల సౌజన్య గుణ సుధా సార నిధులు,
భూసురేంద్రులు గలరు తత్పురమునందు. 63

సీ. సముదీర్ణ చంద్రహాస కళా వినోదముల్
ముఖములందును రణోన్ముఖములందు,
ధర్మ గుణానుసంధానతా చతురతల్
శయములందును హృ దాశయములందు,
బుధ గురు చక్రావన ధురీణ చిహ్నంబు
లాఖ్యలందు నిజాన్వ యాఖ్యలందుఁ,
బ్రకట పంచానన ప్రక్రియా విభవముల్
భటులందు విక్ర మార్భటులయందు,

తే. వెలయు వెలయుదు రనివార్య వీర్య శౌర్య
ధైర్య గాంభీర్య సమధి కౌదార్య తుర్య
ధుర్యులై నట్టి బాహుజవర్యు లెపుడు
సిరులఁ జెలువొందు నప్పురవరమునందు. 64

సీ. తనలోని రత్న సంతతు లధోగతి పాలు
పఱచుకోఁడేని సాగరుఁడు సాటి,
తన మూలధనముకుఁ దగిన లాభముఁ గూర్చు
కొననేని ధననాయకుండు సాటి,
తనకున్న బంగార మను వక్కఁలల కీయఁ
జాలినఁ గాంచనాచలము సాటి,
తన మహత్వమునకు నెనయైన భోగాను
భవ మందెనేనిఁ గల్పకము సాటి,

తే. కాని యితరులు తాదృశుల్ గారనంగ,
నర్థ సంపదతోడ విఖ్యాత సుకృత
సంపద లనంతములు గాఁగ సంగ్రహించు
వైశ్యులుండుదు రప్పుర వరమునందు. 65

సీ. జన్మస్థలంబు నిర్జర శిఖా కుసుమ గం
ధా వాసితంబైన హరిపదంబు,
సైదోడు ప్రకట ధూర్జటి జటా మకుట రం
గదభంగ నిజ భంగ గగనగంగ,
ప్రారంభ మఖిల వర్ణాశ్రమ జన తిర్య
గాది జీవనమైన హాలికంబు
స్వాచార మిష్టకామ్యార్థ సిద్ధిదమైన
యనిరుద్ధమూర్తి యభ్యర్చనంబు,

తే. బుద్ధి బ్రాహ్మణ భక్తియు, భూత దయయు,
శాంతమును గల్గి చెలువొందు సత్పథంబు
గాఁగ, సౌజన్యశీలురై కలిమి బలిమిఁ
గలిగి సుఖియింపుదురు శూద్ర కులజు లందు. 66

సీ. రంజితాధర సుధా రస సమేతంబులై
ముఖ చంద్రబింబముల్ ముద్దుగులుక,
నవతంస కుసుమ తారావళీ యుతములై
కచ భార తమసముల్ గరిమ చూపఁ,
గమనీయ మణి మాలికా ఝరాంచితములై
కుచ కుంభ శై లముల్ గొమరు మిగులఁ,
గంక ణేంద్రోపలాంక మిళింద చణములై
పాణి పద్మంబులు పరిఢవిల్లఁ,
తే. గలిత మోహన రూప రేఖా విలాస
విభ్రమంబులు జగ మెల్ల వినుతిసేయ,
నతుల గతి వార శృంగారవతులు వేన
వేలు విహరింతు రెపుడు నవ్వీటియందు. 67

సీ. పలువరుసల కుందములఁ జూడఁ బ్రియమయ్యె
వెలయింపు సొంపునఁ బలుకఁగదవె,
వగఁ జూపు నల్లగల్వల వినోదము తానె
వలపుల ముంచె నవ్వారిగాఁగ,
మేలు చేఁదమ్మి క్రొమ్మిన్నలు గుల్కెడు
కూరిచి దయసేయు పేరుగాఁగఁ
బెంపొందె నాస సంపెఁగ నిగన్నిగలచే
ముద్దియ వేఁడెద మొగి నొసంగు
తే. మనుచు, ననుచు ముదంబున నంటి పల్కు
జాణల వచ శ్చమత్కృతి సరణిఁ దెలిసి,
తెలివిఁ జిఱునవ్వు లొలయంగ నలరి, యలరు
లమ్మెదురు పుష్కలావిక లప్పురమున, 68

చ. అలఘు నిజ ధ్వజాంచిత పటాంచల జాత సమీర వారి తా
మల గగన స్థలీ యుత విమాన విహార నిలింప దంపతీ
సలలిత పంచబాణ రస సంజ్వలి తోరు పరిశ్రమంబులై
యలరుఁ బురిన్ శతాంగము లుదగ్ర విరోధి చమూ విభంగముల్. 69

మ. పటుదంత ప్రచుర ప్రభా ప్రకట శంపా జాలముల్, ఘీంకృతా
ర్భట గర్జా రవముల్, సమగ్ర మద ధారాసార వర్షంబు లు
త్కట ధాటిన్ నటియింప, భూ విహరణోద్య త్ప్రావృషే ణ్యాంబు భృ
త్పటిమన్ దత్పుట భేదన ద్విరద యూథం బొప్పునక్రోధమై. 70

మ. పుర సీమన్ బురుషో త్త మానువహన స్ఫూ ర్తిన్ విడంబించుచున్,
సిరికిన్ మూలములై సుజీవన కళా స్నిగ్ధంబులై సుందర
స్ఫురితావ ర్తములై విలాఘవత నొప్పున్ వాహినీ సంగతిన్
దిరమై సార్థకనామధేయ గుణ భాతిన్ సైంధవ వ్రాతముల్. 71

ఉ. బాహు బలోద్ధతుల్ సమర భాగ నట ద్రిపుచాతురంగిక
వ్యూహ విభేదన క్రమ సముజ్జ్వల విక్రమ విస్ఫుర న్మహో
సాహసికుల్ ధనుః ప్రముఖ సాధన ధారణ కౌశలుల్ సము
త్సాహ రసాకృతుల్ సుభట సంఘము లప్పురమం దసంఖ్యముల్. 72

వ. మఱియు, నన్నగరీ లలామంబు వైకుంఠ పురంబునుం బోలె, నాగనగరంబు విధంబున ననంత కల్యాణ గుణాభిరామంబై; నభో మండలంబు తెఱంగున, సుకవి కల్పిత ప్రబంధంబు చాడ్పునఁ గలిత కవిరాజ విరాజితంబై ; చంద్ర బింబంబు పోలికఁ గుసుమిత ద్రుమంబు లీల, విరాజ మాన సాగరంబై; యలకా పురంబు భాతి, జలజాకరంబు రీతిఁ బద్మాలంకృతంబై ;యధ్యయన విద్యా విశేషంబు కైవడి, సంగీత రత్నాకరంబు చెలువున వర్ణ క్రమ ప్రశ స్తంబై; రామాయణ కావ్యంబుగతి, భార్గవ వంశంబు కరణి రామాభిరామంబై; మిత్ర భావ ప్రకాశం బయ్యును కువల యానందంబై, రాజాభ్యుదయం బయ్యును గమలాంచితంబై, హరి విహారం బయ్యును బుణ్యాజన రంజనంబై, విబుధ వర విరాజితం బయ్యును సమ స్త గోత్ర ప్రచారంబై, గురు ప్రదీ ప్తంబయ్యునుఁ గవి హితంబై, సంపదలకుఁ గొటారును, సౌభాగ్యంబులకుఁ బుట్టినిల్లునుం, సౌఖ్యంబులకు నాలవాలంబునుం, సారస్యంబులకుఁ గాణయాచియు; సంతోషంబునకు నాటపట్టునువై వసుంధరా సుందరీ నిటల తట సంఘటిత ముక్తా లలామంబు పోలికఁ జతుర్ముఖ నిర్మిత ప్రపంచాభరణంబై, యొప్పుచుండు. 73

శ్రీకృష్ణ ప్రాభవము

ఉ. ఆ పురలక్ష్మికిన్ రమణుఁడై విలసిల్లుచు నుండు బ్రహ్మ లీ
లా పరిపూర్ణ మానుష విలాసుఁడు, భక్త గృహాంత దృశ్య ని
క్షేపము, రూప మోహన వశీకృత గోప వధూ కదంబుఁ, డు
ద్దీపిత కీర్తిశాలి, వసుదేవ తనూజుఁడు, కృష్ణుఁ డున్నతిన్. 74

సీ. వర లీల దేవకీ వసుదేవులకుఁ బుట్టి,
నంద యశోద లున్నతిగఁ బెనుపఁ
బెరిగి, దైతేయులఁ బెక్కండ్ర వధియించి,
యమునా నదీ తీర మందు, మంద
బృందావన క్రీడఁ బెంపొంద గోవులఁ
బాలించి, మురళీ విలోలుఁ డగుచు,
వల్లవ కాంతల వలపించుచు రమించి,
భక్త జనావన ప్రౌఢి మెఱసి,

తే. రుక్మిణీ సత్య లాదిగా రూపవతులఁ
జాలఁ బెండ్లాడి, సంసార సౌఖ్య నిరతి
నెలమిఁ ద్రిభువన సామ్రాజ్య మేలుచుండెఁ.
గృష్ణుఁ డంచిత కీర్తి వర్ధిష్ణుఁ డగుచు. 75

ప్రద్యుమ్న విలాసము

మ. హరికిన్ రుక్మిణికిన్ దనూభవుఁడు, మీనాంకుండు, లోకైక సుం
దర లీలా సుకుమార మూర్తి, రతి కాంతా పద్మరాగోపమా
ధర సారామృత పాన కేళి రతుఁ, డుద్యద్వక్ర మాటోప శం
బర సంహారుఁ, డుదాత్త కీర్తి నమరున్ బ్రద్యుమ్న నామాంకుఁడై. 76

అనిరుద్ధుని యభ్యుదయము

ఉ. ఆ రతి వల్లభుండును శుభాంగి యనం దగు రుక్మికూఁతు, నం
భోరుహనేత్రఁ గూడి కులభూషణుఁడైన కుమారుఁ గాంచె, శృం

---

1. నొయ్యారపుగాని(మూ)

గార రసంబు విగ్రహముగా నొనరించిన మాడ్కి నొప్పు సొ,
య్యారమువాని, భాగ్య విభవాదిక లక్షణ లక్షితాంగునిన్. 77

క. అనిరుద్ధ నామ ధేయుం
డని రుద్ధవ ముఖ్యు లతని నరివీరులు డా
య, నిరుద్ధతులన్ జేసెడి
యనిరుద్ధ స్ఫుట పరాక్రమాఢ్యుం డగుటన్. 78

వ. మఱియు, బ్రహ్మజ్ఞాన సూచనా సమర్థుండు గాఁగలవాఁడని బ్రహ్మసూనామకుండును, ఋశ్యమృగ చిహ్నిత కేతుండు గాఁ గలుగుటంజేసి ఋశ్యకేతుండును నని గురుజనంబులు నామ నిర్దేశంబు చేసిరి. అక్కుమారుండు శరత్సమయ శుక్లపక్ష సుధాకరుని చందంబున నహరహః ప్రవర్ధమానుండై, క్రమంబున జననీ జనక మనోరథ సాఫల్యంబైన బాల్యంబును, స్వబంధు జన నయనానంద శరీర సుకుమారంబైన కౌమారంబును నతిక్రమించిన యనంతరంబ, 79

అనిరుద్ధుని యందచందములు

సీ. ముఖచంద్రమండలంబునకు నూనూఁగు మీ
సపుఁ జాలు సహజ లాంఛనముగాఁగ,
నమరు వక్షః కవాటమునకు నేవళం
బులు కుందనపుఁ దీఁగె మోడిగాఁగ,
జెక్కుటద్దములకుఁ జెలువంబు మీఱిన
చిఱునవ్వు తేఁట క్రొంజికిలిగాఁగ,
సరసంపు కచ నీల జలదంబునకు నవ
తంస దీధితి తటిద్వల్లిగాఁగ,

తే. నల జయంతుని చందంబు, నలుని సొబగుఁ,
జందురుని మేలుఁ, గందర్పు చక్కఁదనముఁ,
దనకు సరి సేయఁదగిన సౌందర్య మహిమ
నతఁడు చెలువారె, నవ యౌవ నాగమమున. 80

సీ. కను మెఱుంగులు తళుక్కున నేమఱించు చూ
పులకు గుండియలు జల్ జలు మనంగ,

నరుదుగా నాభిముఖ్యము నొందు మోముకు
వాలుకన్గవలు దక్కోలు పడఁగ.
జలికాంద్రతో నాడు పలుకులచే వీను
లొగి వశ్యమంత్ర ప్రయోగమందఁ,
బ్రతిలేని రూపసంపదఁ జిక్కి తలఁపులు
సుడివడ్డ గతిఁ జుట్టి చుట్టి తిరుగ,

తే. నందుకొనరాని ప్రౌని పండైన యతని
ప్రభుతచే నూర్పు లూష్మ దీర్ఘత వహింపఁ,
గొలువునకు వచ్చు వారకన్యల కయోగ
విరహ మొదవించెఁ దద్రూప వైభవంబు. 81

తే. వాలుఁజూపులచేత నివాళు లొసఁగి,
ప్రమద జలముల నర్ఘ్య దానము లొనర్చి,
యెలమి భావంబు లుపహారములుగఁ జేసి,
వనితలు భజింతు రిష్ట దైవముగ నతని. 82

మ. తరుణుల్ వాని విలాస సంపదకు నాంతర్యంబునం జొక్కి, త
త్పరిరం భానుభవంబుఁ గోరుచు "విధాతా! వీని మజ్జీవితే
శ్వరుగా నేటికిఁ జేయవై తి" వనుచున్ సంతాపముం జెంద, ను
స్సురు గాడ్పుల్ విధి కంగదాహ మొదవించున్ మండు వేసంగియై. 83

ఉ. బింబము మోవి, సంకు ప్రతిబింబము కంఠము, తారకాధిరా
డ్బింబము మోము, సన్ముకుర బింబము లా దరహాసపుం గనో
లంబులు; యక్షనందన, కళానిధి, ముఖ్యులఁ జూతుమే కదా!
శంబరవైరి నందనుని సామ్యముగా వచియింపఁ బోలునే? 84

ఉ. సాహస ధైర్య బాహుబల సంపదచేఁ జెలువొంది, వాహనా
రోహణ హేతి ధారణ నిరూఢిఁ దనర్చి, వచో విభూతి శే
షాహి గతిన్ జెలంగి, జగ దాదరణీయ గుణాభిరాముఁడై ,
యా హరిపౌత్రుఁ డొప్పెఁ, దన యభ్యుదయంబు సదాభివృద్ధిగాన్. 85

వ. అంత. 86

రుక్మలోచన రూపసంపద

చ. అతనికి మేనమామసుతయై తగు రుక్మినృపాల పౌత్రి, యం
చిత సుమ కోమలాంగి, సరసీరుహ పత్ర విశాలనేత్ర. ని
ర్జిత కలహంస యాన, మద సింధుర కుంభ సమాన వర్తులో
న్నత కుచ, రుక్మలోచన యనంగ, ననంగ శరోపమానయై. 87

ఆ. బంధు జీవ మయ్యె బంధుజీవం బని
యధరమునకు బింబ మధర మయ్యెఁ
దమ్మి లయ్యె ననుచుఁ దమ్ములఁ గని కొమ్మ
యడుగులకును జిగురు లడుగు లయ్యె. 88

సీ. [1]కట్టిడి వగను జేకట్లకు లోనయ్యె
విరస భావంబులై విద్రుమములు,
ప్రత్యహమ్మును గళా భంగ మయ్యెను దామ
స ప్రకాశతను నక్షత్ర గణము,
పగలు మించుట విదేశ గతంబు లయ్యె రా
జావమానమున రథాంగ కులము,
కాఁక దెచ్చుక తుది లోఁకువై పలుమాఱుఁ
బ్రహరణంబులఁ జెందెఁ బసిడి కమ్మి,
తే. రమణి యధర నఖ స్తనాంగములతోడి
ప్రాతిపక్షికమున నివి భంగపడియె,
వట్టి యార్వేరమున బలవంతుతోడి
సాటికిఁ బెనంగు టెల్ల నిష్ఫలము గాదె? 89

సీ. శాతకుంభమునకుఁ జాంపేయమునకుఁ దా
ననుగుణంబగుఁ 'గాంచనాంగి' యనుట.
కంజాతమునకును గైరవంబునకుఁ బ్రి
యంవదంబు 'మహోత్పలాక్షి' యనుట,
శక్రోపలమునకు జలధరంబునకును
వినయోక్తి 'ఘన నీల వేణి' యనుట,

1. కట్టిఁడి (ము)

కలహంసమునకు శిఖావళంబునకు హి
తాలయ 'మందజయాన' యనుట,

తే. యుభయ భావంబు లతివయం దునికి సార్థ
కముగ నిట్లంట చతురత, కల్పనాంశ
లందు వలసినయట్లందు రనఁగనిమ్ము
వారి కేమి? నిరంకుశుల్ గారె కవులు ? 90

వ. ఇవ్విధబునం బ్రభూత వయస్సమయయై యున్న రుక్మలోచనను వివాహంబు సేయ నుద్యోగించి, తత్ప్రపితామహుండైన భీష్మక నృపాలుండును, దక్కిన వారలును సుహృజ్జనులతో నాలోచించుచు. 91

ఉ. ఈ యలినీలకుంతలకు నీడును జోడును నైన వల్లభుం
డే యెడఁ గల్గునో యనుచు, నెంతయు నక్కఱతో విచారముల్
సేయుచు నుండి, బంధువులచే ననిరుద్ధుని రూప సద్గుణ
శ్రీయుతుఁగా నెఱింగి, తమ చిత్తములం బ్రమదంబు నిండఁగన్. 92

క. నెన రంటిన చుట్టఱికం
బును, గులమును, గుణము, రూపమును, విద్య, ధనం
బును, బ్రాయముఁ గలిగిన వరుఁ
డొనఁగూడుట కన్య భాగ్యయోగమునఁ గదా? 93

రుక్మలోచనానిరుద్ధుల వివాహవైభవము

వ. అని విచారించి, ద్వారవతీ పురంబునకుఁ దగువారలం బంపుచు. 94

క. "శ్రీమ త్సమస్త సద్గుణ
ధామాంచిత కీర్తి నెన్నఁదగు వసుదేవ
స్వామికి, భీష్మక భూప
గ్రామణి తా మ్రొక్కి చేయఁగల విన్నపముల్. 95

క. "క్షేమం బిక్కడ, మీ పరి
ణామము వ్రాయంగవలయు, నాపౌత్రుని పు
త్రీమణిని రుక్మనయనా
కోమలి, ననిరుద్ధునకును గూర్పఁగవలయున్." 96

చ. అని శుభలేఖఁ బంప విని, హర్షము మాకు మంచు గ్ర
క్కునఁ బ్రతిలేఖ లంపి, యనుకూలపు లగ్నము నిశ్చయించి, చ
య్యనబల కృష్ణ ముఖ్యులు రయంబ సుహృచ్చతురంగ యుక్తులై,
యనుపమ వాద్య ఘోషము దిగంతములందుఁ బ్రపూరితంబుగాన్ 97

సీ. కుండిన పురికి నేఁగుటయు, వైదర్భు లె
దుర్కొని వారలఁ దోడితెచ్చి,
విడుదుల విడియించి, వివిధ వస్తు వ్రాత
సామగ్రి నడిపించి సంభ్రమమున,
లగ్న వేళకు మంగళ స్నాన యుతులైన
[1]పెండ్లికుమారికిఁ బెండ్లి కొడుకు
కెలమితో బాసికంబులు గట్టి, కంకణ
బంధముల్ గావించి, ప్రాజ్ఞులైన

తే. విప్రముఖ్యు లఖండోక్త వేద రవము
చెలఁగ, నుచిత ప్రయోగముల్ సేయుచుండి.
రపుడు తెర వట్టి చాటున కతివఁ దోఁడి
తెచ్చిరి పదాంగద ధ్వను లచ్చుపడఁగ. 98

చ. విచికిలగంధియున్, విభుఁడు వేడుకతోఁ దెర రెండు వైపులన్
రుచిర కటాక్ష పంక్తుల మెఱుంగులు నిండఁగ నిల్చి రయ్యెడన్
[2]ప్రచుర కృతానురాగ రస బంధురతం దెరచీర దూఱి పా
ఱుచు హృదయాబ్జముల్ మొగమెఱుంగని చుట్టఱికంబు సేయఁగాన్. 99

క. గ్రక్కునఁ దెర వాపుటయుఁ, ద
ళుక్కున వెలుఁగొందె మృగవిలోచన ముఖస
మ్య క్కాంతి, మొయిలు దొలఁగినఁ
జక్కగఁ జెలువొందు పూర్ణ చంద్రుం డనఁగన్. 100

ఉ. బంగరు పళ్లెరంబులను బ్రౌఢిగ నించిన ముత్తియంబు లు
ప్పొంగుచు హస్త యుగ్మములఁ బూర్ణముగాఁ బలుమాఱు ముంచుచున్

---

1. పెండ్లికొమార్తెకు (ము)
2. ప్రచురత రానురాగ రసబంధురు లై తెరచీర (మూ)

రంగుగ నొక్క రొక్కరి శిరంబుపయిం దలంబ్రాలు వోసిర
య్యంగ మరీచి నవ్య మణులై దిగుపాఱఁగ నవ్వధూ వరుల్. 101

క. ఈ విధమున సుముహూ ర్తము
గావించి, వివాహ వేదికా స్థలమునకున్
రావించి, రపుడు పంచ మ
హా వాద్య ధ్వనులు బహుళమై మొరయంగన్ 102

క. చెలి పాదము చెలువుఁడు కర
జలజంబునఁ బట్టి నడిపె సప్తపదంబుల్,
పొలయలుక దీర్చు నాఁటికి
యలవడు నని, వావి యైన యతివలు నవ్వన్, 103

వ. తదనంతరంబ, ప్రధాన హోమాదికంబులైన వైదిక లౌకిక ప్రయోజనంబులు నడిపి, వివిధ భక్ష్య భోజ్యాది పదార్థంబుల సకల జన సంతోషంబుగా భోజనోత్సవంబు గావించి రందు, 104

మ. పరమాన్నంబులుఁ, బిండివంటలును, సూపంబుల్, గమాయించు పం
డ్ల రసంబుల్, మధు రామ్లశాకములు, బెల్లం,బాజ్యమున్, దేనె, క
ప్పురపుం దోయము, మీఁగడల్, పెరుగు, లుప్పుంగాయలున్మున్నుగాఁ
బరిపూర్ణంబుగ నారగించి రనువొప్పం బెండ్లివా రందఱున్. 105

సీ. చెలి! వయోధర కుంభములు దాఁచుకొన నేల
ఘన మయ్యెఁ దృష్ణ చే కొనఁగనిమ్మ,
లతకూన! మధుర లీలాధర ఫల రసం
బులు చాల నభిలాషఁ బొడమఁజేసె,
నలివేణి! నీచేతి యతిరస రుచి రస
జ్ఞానంద మయ్యేనే మనఁగవచ్చు,
రాకేందుముఖి! విను మాకార మంత చ
క్కని దెన్నఁ డెఱుఁగము కన్నులాన!

తే. యనుచు, భోజన సమయంబులందు భావ
గర్భితము లాడు సరసులఁ గాంక్ష కొలఁది

యనుభవింపుఁడు కొదవ లేదని సమర్ధ
వ క్త్రులై, బోనక త్తైలు, భుక్తు లిడిరి. 106

శా. తాంబూలంబులు, నారికేళ కదళీ ద్రాక్షాది నానా ఫలా
ఘంబుల్, చంపక మల్లికాది సుమనః కస్తూరికా గంధసా
రంబుల్, శర్కర, లిక్షుఖండములు, వస్త్రంబుల్, సువర్ణంబు నె
య్యం బేపారఁగఁ బంచిపెట్టిరి జనం బానందమున్ బొందగాన్, 107

వ. ఇవ్విధంబున, .108

నవదంపతుల శృంగారకేళి

భుజంగప్రయాతము, వివాహ ప్రయత్నంబు విధ్యుక్త రీతిన్
నివర్తించి ప్రౌఢాబ్జనేత్రల్ నిషేకో
త్స వారంభమున్ బ్రేమ సంధిల్లఁజేయన్
నవోఢా రతుల్ మోహనంబై చెలంగెన్. 109

తే. గంధ మాల్యాది వాసనల్ గ్రమ్ముకొనఁగఁ
దోడుకొనివచ్చి రప్పు డా తోయజాక్షి
సరసుఁ డున్నట్టి కేళికా సదనమునకు
బలిమిచే నేర్పుచేతను బద్మముఖులు. 110

ఉ. ఎవ్వరికోస, మీ వగల కేమి! యిఁకన్ బదమంచు, నెచ్చెలుల్
నవ్వుచుఁ ద్రోచి పోవుటయు, నాథుని చెంగట నిల్చియుండెఁ, దా
నివ్వల నవ్వలన్ దొలఁగనియ్యక మన్మథుఁ డాన వెట్టి న
ట్లవ్వనజాక్షి, సిగ్గు బరు వానిన రీతి శిరంబు వాంచుచున్. 111

ఉ. శయ్యకుఁ జేరఁదీసి, పతి సారెకు వేఁడఁగ నించుకైన మో
మియ్యక, గుబ్బ లంటుకొననియ్యక, నిష్ఠ రతిన్ రమింపఁగా
నియ్యక, యెంత సేసె! నలయించిన పిమ్మట సౌఖ్యదాయకం
బయ్యెను, నారికేళ ఫల పాకము లొఁ గద కన్యకా రతుల్. 112

తే. విభుని తమకంబుతో నిట్లు వెలఁది సిగ్గు
పోరు టెల్లను వట్టి యార్వేర మయ్యెఁ,

దుది నిలువలేక గొందులు దూఱియుండెఁ,
గాన నబలాశ్రయమున భంగము ఘటించు. 113

వ. తదనంతరంబ, 114

సీ. అధిక ప్రయత్న సంశిథిల నీవీ బంధ,
మభిముఖ కుంచి తాస్యాంబుజాత,
మాలస్య కర గృహీ తాంచిత కుచ కుంభ,
మనురాగ రస నిగూఢాంతరంగ,
మాయాస లబ్ధ బాహా లతా పరిరంభ,
మాకుంచిత భ్రూయుగాభిరామ,
మామోద బాష్ప ధారా పూరి తాంబక,
మలఘు సీత్కార మోహన నినాద,

తే. మచిర సంభూత మదన తోయ ప్రవాహ,
మవగ తోష్ణాంగజాత ఘర్మాంబు కళిక,
మాత్మ పరవశ జనిత నిద్రాభిలాష,
మగుచు నయ్యెంతి ప్రథమ సమాగమంబు, 115

క. ఆమోదం బొనరింపఁగ,
నామోదము విరియుఁ బోలె, నైక్య స్థితితో
దామోదర పౌత్రుఁడు సం
ప్రే మోదయ హృదయుఁ డగుచుఁ బెనఁగెన్ రతులన్, 116

వ. త దనంతరంబ, యాదవ సమూహం బవ్వధూవరులం దోడ్కొని, కతిపయ ప్రయాణంబుల ద్వారవతీ పురంబునకుంజని, యథోచిత సుఖంబు లనుభవించుచుండి; ర య్యనిరుద్ధుండును, 117

ద. విలసిత లగ్న వేళఁ గడు వేడుకతోడ గృహప్రవేశ మిం
పలరఁగఁ జేసి, య వ్వనరుహాననఁ గూడి యతండు ప్రేమచే
సలలిత కేళికా వనుల, సారస సార సరోవరంబులం,
జెలువగు రత్నగేహములఁజిత్తము రంజిలఁగా రమించుచున్, 118

సీ. కేల నంటఁగరాని గిలిగింతచే, మాఱు
పెనఁగుట లొక కొన్ని దినములందు,

నేమి చేసినఁగాని హితము చేసుక సమ్మ
తించుట లొక కొన్ని దినములందుఁ,
జాసీతి బంధ విశ్రాంతి మార్గము లన్ని
తెలిసి కూడుట కొన్ని దినములందుఁ,
దాన పై కొని సురత ప్రౌఢిఁ దమిఁ దీర
నెనయుట లొక కొన్ని దినము లందు

తే. నగుచు, నా రుక్మనయనా సమాగమంబు
తన మనంబున కంతకంతకుఁ బ్రమోద
రసము కొలుపంగ, గాఢానురక్తి నుండె
రసిక శేఖరుఁ డా రతిరాజసుతుఁడు. 119

అని శుకుండు పలికె ననినం బ్రమోద హృదయులై శౌనకాదులు సూతుం
గనుంగొని, య య్యనిరుద్ధుని విహారం బెవ్విధంబున నుండె? నట మీఁదటి
వృత్తాంతంబుఁ దేఁటపఱుపు మనుటయు, 120

ఆశ్వాసాంత పద్య గద్యములు

చ. వర వర దానశీల! మదవారణ వారణకృ జ్జలాట భీ
కర కర చక్ర! జన్మ లయ కారణ కారణ నైజ లీల! సా
దర దర హాస! దుష్ట రిపు దారుణ దారుణ కోటితేజ భూ
ధర ధర! దుగ్ధ సాగరసుతా నవతా నవ భోగ సంగమా! 121

క. నిలయీకృత వైకుంఠా!
బలవ ద్రిపు భయద శౌర్య పటుతాకుంఠా!
కలిత రుచి కంబు కంఠా!
సలలిత లక్ష్మీ ప్రసంగ జనితోత్కంఠా! 122

మాలిని

ముని హృదయ నివేశా! మోక్ష దాన ప్రకాశా!
వినుత గగన కేశా! వీత సంసార పాశా!
సనయ నిజ నిదేశా! చారు వక్షః ప్రదేశా!
మనుజ చర వినాశా! మంగళాద్రి స్థలేశా! 123

గద్యము

ఇది శ్రీ మంగళాచల నృసింహ కృపా ప్రసాద సంప్రాప్త
విద్యా వైభవ, కనుపర్తి రాయనమంత్రి తనూభవ,
సుజనహిత కృత్య నిత్య యబ్బయామాత్య
ప్రణీతంబైన, యనిరుద్ధచరిత్రంబను
మహాప్రబంధంబునందుఁ
బ్రథమాశ్వాసము.

శ్రీ

అనిరుద్ధ చరిత్రము

ద్వితీయాశ్వాసము

(శోణపుర వైభవము- బాణాసురునకుఁ బరమశివానుగ్రహము -స్థాణునితో బాణుని కదన కుతూహలము- ఇందుధరుని మందలింపు -ఉషాకన్య సౌందర్య సౌకుమార్య వర్ణనము- ఉషాబాల కలాభిజ్ఞత -వసంత శోభ- వన విహార క్రీడ-ఉషాకన్య కలలో మోహనాంగుని ప్రణయ కలాపము-ఉషారమణి విరహ తాపము- మంత్రికుమారి చిత్రరేఖ యుష నూరడించుట- ఉష చిత్రరేఖకుఁ దెల్పిన స్వప్న ప్రేమోదంతము- చిత్రరేఖ చిత్ర కళా నైపుణ్యము- అనిరుద్ధుని చిత్రపటమును గాంచి యుష మేలుపడుట- ఆశ్వాసాంత పద్య గద్యములు.)

శ్రీరమణీ హృదయంగమ
చారుతర శ్యామలాంగ! సమలంకృత మం
జీర కటకాంగులీయక
హారాంగద వలయ! మంగళాచల నిలయా! 1

తే. అవధరింపుము : శౌనకుం డాదియైన
మునివరేణ్యులతోడ నిట్లనియె సూతు :
డా పరీక్షి న్మహారాజు నాదరమునఁ
జూచి విజ్ఞాన నిధియైన శుకుఁడు పలికె : 2

శోణపుర వైభవము

మ. పరిఖాగాధ కబంధ సంవృత మహా పాతాళ భాగంబు, గో
పుర, కంఠీరవ రూప పాటవ పరాభూ తేంద్రనాగంబు, భా
సుర విస్తారమణి ప్రకీర్ణ వరణాంశు వ్యా ప్త దిఙ్మండలం,
బరి [1]సంత్రాసకరంబు, శోణపుర మొప్పారున్ ధరా మండలిన్. 3

శా. బాణుం, డుద్ధత సత్వ నిర్జిత జగత్ప్రాణుండు, [2]సాంతత్య శ
ర్వాణీ వల్లభ పాద పద్మ భజనారంభ ప్రవీణుండు, గీ
ర్వాణీవ్రాత మనో భయంకర ధను ర్బాణుండు, సంగ్రామ పా
రీణుం డప్పుర మేలుచుండు విజయశ్రీ వై భ వాక్షీణుడై. 4

తే. తన సహస్ర భుజా బలౌద్ధత్య మహిమ
నేఁచి ముల్లోకములయందు నెదురు లేక
బలి తనూభవుఁడై న య బ్బాణ దైత్యుఁ
డుగ్ర శాసనుఁడై యుండి, యొక్కనాఁడు, 5

బాణాసురునకుఁ బరమశివానుగ్రహము

వ. భవానీ మనోహరుండగు హరుం డఖండ తాండవ కేళీ రతుండై ముఖరిత మృదంగంబును, రణితోపాంగంబును, సంగీత ప్రసంగంబును, బరితోషి తాశేష భూతాంతరంగంబును నగు నృత్య రంగంబున, దశ ప్రాణాత్మకంబును, మూ ర్తిత్రయ కళారమ్యంబును, లఘు గురు ప్లుత సమేతంబును, దక తక ధిక తక ముఖ శబ్ద బంధురంబు నగు ధ్రువ మఠ్య రూపక ఝంపా త్రిపుటాటతాళైకతాళ సింహానంద చంచుపుటాది తాళంబుల, జతులు కడకట్టు కై మురి కళాసికల ద్రుత మధ్య విళంబ కాల పరిమాణంబుల, దండ లాసక కుండలి ప్రేరణీ ప్రముఖ మార్గంబుల రంగరక్తులు వహింప నాట్యంబు సలుపు నవసరంబున, భరత కళా ధురీణుం డగు బాణుం డావజం బారజంబునం బుచ్చుకొని, శ్రుతి ప్రమాణంబు నిలిపి, తక ధిమి కిట శబ్దాక్షర సముచ్చారిత ముఖుండగుచుఁ, గర ప్రహారంబులం జిత్ర విచిత్రంబులై చెలంగుతాళవ్యాప్తులు ఘుమంఘు మాయమానంబులై నాదబ్రహ్మంబు

1. సంతాప, 2. సాతత్య (ము)

జనియింప, హృదయార విందంబున కానంద సంపాదకంబై సెఱియ మొరయించిన, నప్పరమేశ్వరు నాట్యంబు జగన్మోహనంబై ప్రవర్తిల్లె, నప్పుడు, 6

ఉ. బాణుని వాద్య విద్యకు నపార ముదంబును బొంది శాంకరీ
ప్రాణవిభుండు, 'మెచ్చితి దయన్ వర మిచ్చెద వేఁడు' మన్న, గీ
ర్వాణ విరోధి, "నా నగరి వాఁకిటఁ బారిషదాళితోడ శ
ర్వాణియు, నీవు, భక్తజనవత్సల! కావలి యుండవే కృపన్!" 7

తే. అనుచు మ్రొక్కినఁ గరుణించి సాంబశివుఁడు
దానవేంద్రుని పట్టణ ద్వారమునను
గాపురం బుండె నిది లఘుకార్య మనక,
యెంత సులభుండు పార్వతీకాంతుఁ డహహ! 8

తే. ఏ మహాత్ముని మహిమ బ్రహ్మేంద్ర ముఖ్యు
లెఱుఁగఁగాఁ జాల, రట్టి సర్వేశ్వరుండు
నిజ పుర ద్వారపాలుఁడై నిలువ మెలఁగె,
నౌర! వానిది గాక భాగ్యాతిశయము! 9

స్రగ్ధర
ఆ లీలం బూర్వదేవుం డతుల దశశతోదగ్ర దోర్దండ హేతి
జ్వాలా దందహ్యమాన స్వరధిప శిఖి వై వస్వత క్రవ్యభు క్కీ
లా లాధ్యక్షాది దిక్పాలక గణ హృదయ [1]శ్లాఘ్యు వై క్రమ్య
లబ్ధ త్రైలోక్య ప్రాభవుండై తనరె [2]భువి నసాధారణ స్ఫూర్తి తోడన్. 10

స్థాణునితో బాణుని కదన కుతూహలము

క. సురవైరి మఱియుఁ గొన్నా
ళ్లు రుగఁగ, నొకనాఁడు మదనహరుఁ బొడగని, త
చ్చరణమునకు నతి భక్తిం
బరిణతు లొనరించి, వినయ భాషా పరుఁడై, 11

1. శ్లాఘ్యుమై క్రమ్య (అకా). 2. భువన సాధారణ (ము)

మ. గిరిజా మానస హంస! హంస వర యోగి ధ్యేయ చిద్రూప! రూ
పరుచిశ్రీ జిత ముక్త! ముక్తభుజ దర్ప వ్యాఘ్ర దైత్యేంద్ర! యిం
ద్ర రమావల్లభ మిత్ర! మిత్ర రజనీరాట్చక్ర! చక్రాబ్జ సుం
దర రేఖా కర పద్మ! పద్మ శరభా నాశంకరా! శంకరా! 12

వ. అని బహుప్రకారంబుల స్తోత్రంబు గావించి యిట్లనియె : 13

క. లోకము లెల్ల జయించితి,
సౌకర్యముగాఁగ సకల సౌభాగ్యంబుల్
చేకొంటిఁ, గీర్తి నొందితి
నీ కారుణ్యమునఁజేసి నీలగ్రీవా! 14

ఉ. ఆహవభూమి మామక సహస్రభుజా బల తీవ్ర ధాటికిన్
సాహస లీలతో నెదిరి శౌర్యముఁ జూపగఁ జాలినట్టి య
వ్యాహత విక్రమాఢ్యుఁ డొకఁడై నను లేఁ డొక నీవు దక్క, హా
లాహల లాంఛనాంచిత గళా! పరిరంభిత సర్వమంగళా! 15

ఉ. ఆతత వైరి వీర సముదగ్ర కరోద్ధృత హేతి భూత సం
ఘాత విముక్త రక్తజల కాంతులు, కంకణ పద్మరాగ సం
జాత మరీచులం గలయ సంగర కేళి ఘటింపఁజేసి, నా
చేతుల తీఁట కౌషధము సేయఁగదే! రజతాద్రి మందిరా! 16

వ. అని ప్రార్థించుచున్న యద్దోషాచరు భాషణంబులకు రోషించి, శేషభూషణుం
డిట్లనియె : 17

ఇందుధరుని మందలింపు

క. నాయంతవానితో నని
సేయంగలిగెడును, నీదు చేతుల బరువున్
బాయు, భవదీయ కేతన
మే యెడఁ ధరఁ గూలు నపు డహీనవివేకా! 18

వ. నిర్విచారుండవై యుండు పొమ్మని యానతిచ్చిన, బలినందనుండు డెందంబున
నానందంబు నొందుచు, నందివాహనునకు దండ. వందనంబు లాచరించి,
మరలి నిజ మందిరంబున కేతెంచి యాత్మీయ శ్రేయో హాని హేతుభూతంబైన

కేతు పాత్రంబున కెదురుచూచుచు, 'నీచాః కలహ మిచ్ఛన్తి' యను వచనంబునకు
నగ్రసాక్షియై యుండె నంత, 19

ఉషాకన్య సౌందర్య సౌకుమార్య వర్ణనము

ఆ. అతని కూర్మికూఁతు రందంపు బిత్తరి.
ముద్దుగుమ్మ, భువన మోహనాంగి,
కుందనంపు బొమ్మ, కుసుమ కోమలి, యుషా
కన్య, యనఁగ నొప్పు కమల నయన. 20

ఉ. ముద్దుల మాటలున్, జిఱుత మోమును, నున్నని లేఁత చెక్కులున్,
గొద్దిగ నున్న నెన్నడుము, కూఁకటి కందక ఫాల పట్టికన్
విద్దెము సేయు ముంగురులు, విప్పగు ఱెప్పల గొప్ప కన్నులున్,
బ్రొద్దొక వింతయై యమరెఁ బుష్ప సుగంధికి బాల్య వేళలన్. 21

సీ. అరవిందములు మన్మథాస్త్రంబు లైనట్లు
వాలుఁ గన్గొనలఁ గ్రొవ్వాఁడి వొడమె,
హరినీలములు పేరు లైన చందమున నిం
చుకలైన కురులు పెన్ సోగ లయ్యె,
వీణా శ్రుతులు మేళవింపైన వగ ముద్దు
పలుకులు ప్రౌఢ సంపద వహించెఁ,
గనకంపుఁ గణిక కుందన మైనరీతిఁ జా
యల మేను నిండు తేటల వహించె,

తే. నిమ్మ పూపలు ముదిరి ఫలమ్ములైన
గతిఁ, జను కుదుళ్లు నిగిడి పొంకము వహించె,
బంధుజీవాధర యతీత బాల్య యగుచు
నిండు జవ్వనమున నొప్పుచుండునపుడు. 22

మ. కల వాక్కీర హయంబు, గల్ల మకరీ కస్తూరికా పత్ర స
ల్లలితాంకంబు, నితంబ బింబ పటు లీలా చక్ర, మాలోకనాం
చల బాణౌఘము, భ్రూ లతాయుగ మహా చాపంబునై శోభిలెన్
జలజాతాసన విగ్రహంబు రతిరాజ స్యందన ప్రక్రియన్. 23

ఉ. తేనియ లొల్కు మోవియును, దియ్యని మాటలుఁ, బువ్వు వంటి నె
మ్మేనును, ముద్దుఁజెక్కులును, మెచ్చులు గుల్కెడు గుబ్బ చన్నులున్
మీనుల వంటి కన్నులును, మిక్కిలి యైన పిఱుంద్రు, సన్నపుం
గౌను, నొయారపు న్నడపుఁ గల్గి, వెలుంగు మనోహరాంగియై. 24

తే. ఒఱపు గల చందురుని చంద మోము మోము,
నలరు శైవాల లీలఁ జెన్నారు నారు,
పరిమళము గుల్కు కపురంపుఁ బలుకు పలుకు,
కలికి రాజమరాళ సంగతులు గతులు. 25

సీ. ఘనసారమును, సార ఘనము నాక్షేపించుఁ
గలికి పల్కుల యింపు, కచము సొంపు;
పద్మరాగము, రాగ పద్మము నదలించు
రమణంపు మోవి, పాదముల తీవి;
మృగమదంబును, మద మృగమును హసియించుఁ
గాయంపు వలపు, కన్దోయి మెలపు;
వరనాగమును, నాగ వరముఁ జుల్కఁగఁజేయు
నవకంపు నూఁగారు, నడల తీరు;

తే. చక్ర సామ్యత వెలయు కుచమ్ములందు,
సామ్య చక్రతఁ దగు వెక్కసపుఁ బిఱుంద్రు,
రూఢి నారోహిణియు నవరోహిణియుఁగ
నెలఁత చెలువంబు సారె వర్ణింపఁ దగును. 26

చ. మలయజగంధి బి త్తరపు మాటలు వీనులు సోఁకినంతనే
చిలుకలు పల్కినట్లు విలసిల్లు, వసంతపు వేళఁ గోవెలల్
చెలఁగినయట్లు, కిన్నెరలు చిత్ర విధంబున మీటినట్లు, వీ
ణెలు మొరయించినట్లు, మది నిండుఁ బ్రమోద రసప్రవాహముల్. 27

ఆ. ఇరుల సిరులు దొరలు కురులు, తియ్యఁదనంపు
దీవి తీవి తావి కావి మోవి,
కులుకు లొలుకు పలుకు మెలఁకువ, సుమ చాపు
తూపు రూపు మాపు చూపు కోపు. 28

చ. కొలుకుల కెంపు సొంపు, రహి గుల్కెడు తారల నీలిమంబు, క
న్నెళుకు మెఱుంగులుం, గలిసి పెంపమరెన్ హరిణాక్షి చూపు, ల
వ్వలదొర ముజ్జగంబు గెలువన్, నవ చూత దళంబు మేచకో
త్పల మరవింద, మొక్కమొగిఁ బట్టి ప్రయోగము సేయు కై వడిన్. 29

సీ. మునుకారునను గారుకొని మీరు ఘన చారు
తను మారుకొని కేరుఁ దరుణి కురులు,
నల కుందముల యందముల చందముల మంద
ముల నొందఁగాఁజేయుఁ జెలి రదాళి,
తెగరాని వగమేని తొగరేని జిగిఁ బూని
తగు దాని సొగసైన నగు మొగంబు,
వెల పెంపు వెలయింపు కళ గుంపు తులకింపు
బలు కెంపుఁ దలపించుఁ బణఁతి మోవి,
తే. సింగముల భంగముల నొందఁజేయు నడుము,
కీరముల దూరములఁ దొలఁగించుఁ బలుకు,
జక్కవలఁ దక్కువలఁజేయుఁ జన్ను దోయి,
ముదిత రూపంబు త్రిభువన మోహనంబు. 30

సీ. ఇంపు సొంపులఁ గ్రుమ్మరింపు మాటలు వీణ
పలుకుల కక్షరాభ్యాస మొసఁగు,
మందంపు నడపులు మాయూరగతులకుఁ
బలుమాఱు తిన్నని ఫణితిఁ జూపు,
సరసంపు నాసిక సంపెంగ మొగ్గల
కెక్కువ తక్కువల్ చక్కదిద్దుఁ,
జొక్కంపు గుబ్బలు జక్కవ కవలకు
దిట్టతనం బుపదేశ మిచ్చు,
తే. హొంత పాడుట, వనవిహా రోత్సవంబు
సలుపుటయుఁ, బుష్పవితతి వాసనలు గొనుట,
నెఱి సరసిఁ గ్రీడ లాడుట నెపములుగను,
నతివ సౌందర్య మింక నేమని వచింతు! 31

క. ఇటువంటి యవయవంబుల,
నెటువంటి విలాసవతుల నెన సేయఁగ రా
నటువంటి వగను రజనీ
విటు వంటి మొగంబు గలిగి వెలఁదుక యొప్పెన్. 32

ఉషాబాల కలాభిజ్ఞత

ఉ. మేరు ధనుష్కు దేవి, స్వరమేళ కళానిధి, ద త్తిలంబు, భాం
డీరము, కోహళీయకము, ఠీవిగఁ గావ్యము, నాటకం, బలం
కారము, శాస్త్రముల్ మొదలుగా మఱి యభ్యసనం బొనర్చె శృం
గారపు విద్య లద్దనుజకన్యకకున్ పరమానుర క్తయై. 33

ఆ. ఆడఁ బాడ నేర్చి, యభినయింపఁగ నేర్చి,
సరస కవిత చెప్పఁ జదువ నేర్చి,
బాణ దనుజపుత్రి బాలిక య య్యును,
సకల కళలయందు జాణ యయ్యె. 34

వసంత శోభ

వ. అంత, నితాంత కాంతి కాంత వనాంత లతాంత పరిమ ళాక్రాంత దిశాంతంబై
న వసంతము ప్రవేశించె. 35

సీ. శ్రీయు తారామ రామా యౌవన ప్రాప్తి,
సంభోగ రత మన స్సౌఖ్యరాశి,
యువ నవోఢా త్రపా ప్రవణ కుట్టాకంబు,
స ద్విజానీక వాంఛా ఫలంబు,
ప్రోషితభ ర్తృకా యోషి ద్వ్యధా మూల,
మనుపమ యోగి ధైర్య చ్ఛిదంబు,
భాసురతర శరద్వాసర సారంబు,
జాతి కళా సముచ్చాటనంబు

తే. నగుచు, వర్ణింప యోగ్యమై యతిశయిల్లె,
వివిధ సుమ బృంద నిష్యంద నవ మరంద
బిందు సందోహ పాన మిళింద సుంద
రాగమంబై న, యవ్వసంతాగమంబు, 36

తే. దండి మీఱంగఁ దరువులనుండి మిగులఁ
బండి రాలి వనస్థలి నిండి దళము
లమరె, వనలక్ష్మి మాధవాగమున వేళ
నడుగులకుఁ బఱపించిన [1]మడుఁగు లనఁగ. 37

చ. పలపులవేల్పు కై దువులు, పాంథ జనంబుల పాలి యగ్నికీ
లలు, చెలువొందు కోకిల కులంబున కాఁకటి [2]పంట కొల్చు రా
సులు, వనలక్ష్మి మేనఁ బొడసూ పెడు రాగ రసాంకురంబు, లిం
పలరెడు కాంతులం గిసలయంబులు తోఁచె ననోకహంబులన్. 38

క. సుమనో విరాజితంబై
యమర నగ స్ఫూర్తిఁ దనరి, యారామంబుల్,
సుమనో విరాజితంబై
యమర నగ స్ఫూర్తిఁ దనరె నభిరామంబై. 39

తే. సద్ద్విజాళి ప్రసంగంబు సరసతరము,
ప్రణవ విస్ఫూర్జితము, బీజబంధురంబు,
పల్లవాలంకృతము ఫల ప్రదము నై న
యాగమస్థితి నొప్పె సర్వాగమములు. 40

సీ. అనిలోపదేశ నాట్యక్రీడఁ దగు లతా
బింబోష్ఠులకు సరిపెన లొసంగె,
నింపుసొంపులఁ బాడు నెలతేఁటి బయకాఱు
లకు వన్నెమీఱు నీలము లొసంగెఁ,
గై వారములు సేయు కలకంతకుల వంది
బలగంబులకును మావుల నొసంగె,
ఫల రత్నముల నారతు లొసంగు భూజ పు
రంధ్రీ జనుల కంబరము లొసంగెఁ,

తే. దన వదాన్య చమత్కృతి జనులు పొగడఁ,
దన విలాసంబు భువన మోహనము గాఁగ,

1. మడుపు (మూ), 2. పండు (మూ)

విభవ సంపన్నుఁ డై వన విహృతి సలిపె
మాధవుండు, వనీ రమణీ ధవుండు. 41

తే. శుక భరద్వాజ ముఖ సద్ద్విజ కుల రక్షఁ
దనరి, సుమన స్సమూహ వర్ధన మొనర్చి,
ఘనతరాగమ వేద్యుఁ డై వినుతి గాంచె,
మహిత వనవాస లీలల మాధవుండు. 42

వనవిహార క్రీడ

వ. అట్టి వసంతకాలంబునందు, 43

క. నాళీక ముఖి యుషాంగన
యాళీ జన సహిత యగుచు, నళి కోకిల కీ
రాళీ నినాద శోభిత
కేళి వనవాటియందుఁ గ్రీడ యొనర్చెన్. 44

సీ. చెలువంపుఁ జిగురుటాకులు పాదములు గాఁగ,
నవకంపు రంభ లూరువులు గాఁగ
సూన వాసనలు నెమ్మేని తావులు గాఁగ,
నొఱపైన లతలు బాహువులు గాఁగ,
గజనిమ్మపండ్లు చొక్కపుఁ గుచంబులు గాఁగఁ,
గలకంఠ రుతులు వాక్యములు గాఁగఁ,
దుల లేని మల్లె మొగ్గలు దంతములు గాఁగ,
సుమిళింద మాలికల్ చూపుగాఁగఁ,

ఆ. బల్లవిత తమాల పాదప చ్ఛాయలు
సరసమైన వేణిభరము గాఁగ,
నెన్నఁదగియె నప్పుఁ డిందుబింబానన
యవ్వనంబుఁ బోలి య వ్వనంబు. 45

సీ. భూరుహావళుల శృంగార భావములు లో
చన పంక్తులకు వికాసంబు నెఱపఁ,
గలకంఠ శుక శారికా కల రావంబు
రహియించి కర్ణపర్వంబు సేయ,

లలిత చాంపేయ పాటల కుంద వాసనల్
నాసికంబునకు నానంద మొసఁగ,
నమృతోపమానంబు లగు ఫల రసములు
వెలయు జిహ్వలకును విందు లొసఁగఁ,

తే. గమ్మ తావులు పయిపయిఁ గ్రమ్మ విసరు
చలువ తెమ్మెర మేనుల యలఁతఁ దీర్ప,
నొరిది పంచేంద్రియములకు సుఖముగాఁగ,
వన విహారంబు సలిపి ర వ్వనజముఖులు. 46

సీ. అధర బింబాపేక్ష నరుదెంచు చిలుక ల
ద్దవుఁ జెక్కుల జవాది తావులకును,
వదనాంబుజములకై కదియు భృంగమ్ము లు
త్తంస చంపక సుగంధంబులకును,
భుజ మృణాళాస క్తిఁ బొదువు రథాంగముల్
సరస మంద స్మేర చంద్రికలకు,
హ స్త పల్లవములకై డాయు కోయిలల్
ముద్రికాంకిత రామ మూర్తులకును,

తే. జకితగతిఁ జెంది చెదరఁగఁ జంద్రముఖులు
చతురతఁ జరించి రప్పుడు చారు చరణ
చలిత చామీక రాంగద ఝుణ ఝుణం ఝు
ణం ఝుణ ధ్వని చెవుల కానంద మొసఁగ. 47

వ. మఱియు, నమ్మదవతీ తిలకంబు కదంబ కాంచన కదలీ క్రముక కరవీర ఖర్జూర నారికేళ తమాల తిలక కురంటక మాధవీ ప్రముఖ తరు షండంబుల వలనం దిరుగుచు, వన మయూరంబుల వెంబడి నరుగుచు, మహీరుహంబుల నామూలాగ్రంబుగాఁ బెనఁచి యల్లి కొనియు, నేలా లవంగ ద్రాక్షాది లతా వితాన డోలా జాలంబుల నుయ్యెలలూగుచుఁ, బొదరిండ్ల డాఁగుచు నసమంబులగు కుసుమరస విసరంబులు వెసం గ్రోలి ఝుంకారంబుసేయు మధుకర నికరం బులం జోపుచుఁ, బ్రసూన ఫల భరితలై యున్న కొమ్మలకుఁ జేతులం జాపుచు, స్వచ్ఛంబులైన కుసుమ గుచ్ఛంబులును, మూర్ధప

నిలయంబులైన కిసలయంబులును, మనోరథ ఫలంబులైన ఫలంబులను గోయుచు, దోహద విశేషంబులు సేయుచు, శారికా కీర కలకంఠ కపోతక రవ ప్రముఖ విహంగ నాదంబులకుం బ్రమోదించుచుఁ, గ్రీడా విశేషంబుల వినోదించుచుఁ, గర కమలకలిత కాంచన కంకణ కాంచీ కలాప ఘంటికా నికర నూపుర సంజనిత ఝుణ ఝుణ రవంబు వనదేవతా మనోహరంబై చెలంగం జరియించుచుఁ, దమలోన. 48

క. చూతము చూతము, సుదతీ
వ్రాతము! రారమ్మ! మధుకర వ్రజ గీతో
పేతము, సుమ సౌరభ వి
ఖ్యాతము, విరహి హృద యాభిఘాతము తలఁపన్. 49

క. కాంచన వర్జ్యము, కువలయ
సంచారము, మాధవ ప్రసన్నతయును బా
లించుచు, వానప్రస్థతఁ
గాంచు మధువ్రత కులంబుఁ గంటివె చెలియా? 50

తే. పేరు గల జాతులకు నెల్లఁ బెంపు తఱుగ
సౌఖ్య మొదవెఁ గుజాతి విజాతులకును,
గాల కుటిలంబుఁ జూడుమా కంబుకంఠి!
మాన్ప నెవ్వరి వశమమ్మ! మాధవాజ్ఞ. 51

చ. పలుమఱు నీవు పంటఁబగఁబట్టిన కైవడి నిట్లు మొల్ల మొ
గ్గలు చిదుమంగనేల? కసుగందని యీ చిగురాకు లెల్లఁ జే
తుల కసిదీఱఁగాఁ గఱఁగి త్రుంపగ నేటికి మానవమ్మ: మొ
క్కలము వహించి యిందు కొడిగట్టినదానవు మాననేర్తువే! 52

వ. అని, యివ్విధంబున సరస సల్లాపంబులు సేయుచుఁ, జంద్రకాంతో పల ప్రకల్పిత సోపాన సముదయ కూలంకష మధుర జలతరంగచ్ఛటా సంచలిత పద్మ కైరవ కల్హార వన విహరమాణ మరాళ చక్రవాక బక సారస ద్విరేఫ మిథున సంసారంబైన కాసారంబుఁ జేరి, జలక్రీడాస క్త చిత్తంబుల న మ్మత్తకాశినులు ద త్తఱంబున విహరించుచు. 53

చ. జలములఁ జల్లులాడుచును, సారసపం క్తుల వ్రేటులాడుచున్,
బలుమఱు నీదులాడుచును, బక్షి కదంబముఁ దోలియాడుచున్,
జల దలిమాలికా మధుర ఝుంకరణ ధ్వనితోడ లియమై
కలిసి, లయ ప్రమాణములఁ గంకణ నిక్వణముల్ చెలంగఁగన్. 54

వ. విహరించి రప్పుడు. 55

సీ. శంపా లతాంగుల చరణ కాంతులు కుశే
శయ కదంబముతోడ సరసమాడఁ,
దారుణ్యవతుల ము త్తఱుల యందము తరం
గావళితోడ సయ్యాటలాడ
విచికిలగంధుల కుచ పాటవము చక్ర
సంఘంబుతో నెకసక్కె మాడఁ,
గలహంసగమనల కన్నుల బెళుకులు
మీన పం క్తులతోడ మేలమాడ,

తే. రాజవదనల వేణీ భరముల సొబగు
ప్రబల శైవాల లతలతోఁ బందెమాడ,
బాలికా జాల జలకేళి లీలఁ జాల
శ్రీ కరంబయ్యె న ప్పయోజాకరంబు. 56

మ. కుచ కుంభ స్థల పాటవంబు దనరన్, గ్రొమ్మించు దంత చ్ఛటా
రుచు లొప్పన్, గర పుష్కరాంతర సమారూఢాంబువుల్ మీదఁ జ
ల్లుచుఁ, గ్రీడించిరి త త్సరోవరమునన్ లోలేక్షణల్, మంద మం
ద చల ధ్యానములన్, మద ద్విరద యూథ స్ఫూర్తి వ ర్తిల్లఁగన్. 57

వ. అంత. 58

చ. పొది వెడలించు మన్మథుని పుష్ప శరంబుల లీల, నీల తో
యదము నతిక్రమించి పొలుపారెడు శంపల గుంపు సొంపు, సం
పదఁ దెర వాసి వచ్చు జిగి బంగరు జంత్రపు బొమ్మలట్లు, స
మ్మదమున నెచ్చెలుల్ సరసి మధ్యము వెల్వడి రుజ్జ్వలాంగులై. 59

క. కేళీ విహార చేష్టలు
చాలించి, యుషా లతాంగి సరసాంబర భూ

షాలంకర ణోజ్జ్వలయై,
యాళీ జన సహితముగ గృహంబున కరిగెన్. 60

ఉషాకన్య కలలో మోహంనాగుని ప్రణయ కలాపము

వ. ఇట్లు చనుదెంచి, సరసాన్న పాన గంధ మాల్యాది భోగంబులం బరితుష్టయై, నాఁటి రాత్రి తపన బింబోపమాన తపనీయ విరచిత కుడ్యంబును, మహేంద్ర నీలోపల ఖచిత వృత్త స్తంభ జృంభి తంబును, వివిధ విచిత్ర వాతాయన రేఖా మనోహరంబును, గనక పంజరాంతర నివాస శుకశారికా నికర సరస సంగీత సాహిత్యవిద్యా ప్రసంగ సంగతంబును, దాంబూల చందన ప్రసూన దానా ద్యుపచార ప్రయోజన ప్రవీణ చై తన్య సూత్ర విచిత్ర కాంచన పాంచాలి కాలంకృతంబును, గంధ కర్పూర కస్తూరికా ప్రముఖ పరిమళ వస్తు సంతాన వాసనా ఘుమఘుమాయమానంబును, నిబిడ తమః పటల పరిహరణ చణ మణి గణ దీపికా విరాజితంబును, నగు నిజ మందిరంబునందుఁ దరవఁబులఁ దివిచిన వజ్రంపుఁ గోళ్లును, గోళ్లయం దమరించిన హరినీలంబుల పట్టియలును, బట్టియల నలవరించి యల్లిన పట్టు పట్టెడయును, బట్టెడపయిఁ బఱచిన హంసతూలికా తల్పంబును, దల్పంబుపై శిర శ్చరణ పార్శ్వ దేశంబులకు నుపధానంబులుగా నుంచిన సూర్యపుటంపు దిండులును, నుపరి భాగంబున నలంకరించిన చిత్ర చిత్రాభిరామంబగు చందువా పటంబునుం గలిగి, మనోహరంబై వెలయు శయ్యాతలంబున శయనించి, 61

చ. అలక లొకింత జాఱి నిటలాంతముఁ గ్రమ్మగఁ, దావి యూరుపుల్
చలువలు చల్లఁగా, మెయి నలందిన గంధము సన్న వల్వె దు
వ్వలువ ముసుంగుపై నిగిడి వాసన లీనఁగ, లోచనాంబుజం
బులు ముకుళించి, యమ్మగువ ముద్దు వగన్ నిదురించు చుండఁగన్, 62

మ. కలలో నొక్క త్రిలోక సుందర శుభాకారుండు, మాణిక్య కుం
డల శోభాంచిత మందహాస రసవ త్సుస్నిగ్ధ గల్ల ద్వయీ
లలితాస్యుండు, సుగంధ బంధుర సుమాలంకార నీలోప లో
జ్జ్వల ధమ్మిల్లుఁడు, కామినీ హృదయ పాంచాలుండు, లీలా గతిన్. 63

సీ. తాంబూల రస రంజితంబైన కెమ్మోవి
యానుచో మొన పంట నూని యూని,

కుంకుమాంచిత కుచ కుంభముల్ గ్రహణంబు
సేయుచో నఖ పంక్తిఁ జెనకి చెనకి,
మకరికా కలిత కోమల గల్లముల ముఖం
బునుచుచోఁ జుంబనం బొసఁగి యొసఁగి,
లలిత భూషణ చయాలంకృతాంగము నెద
నలముచో మర్మంబు లంటి యంటి,

తే. కుసుమసాయక శాస్త్రానుగుణ విచిత్ర
బంధ నైపుణి, సురత ప్రపంచ సౌఖ్య
లీలఁ, దనుఁ జొక్కఁ జేసి లాలించె, ననుచుఁ
గలికి కల గాంచె నాశ్చర్యకరముగాఁగ. 64

క. ఈ లీలం గలలోపల
నాలోకింపంగఁబడిన యతఁ డనిరుద్ధుం
డా లావణ్యనిధిన్ మును
హేలావతి వినియుఁ గనియు నెఱుఁగదు మదిలోన్. 65

వ. ఇ ట్లట్లంగున న క్కురంగనయన స్వాప్నిక సంభోగ సంజనితానంద పారవశ్యంబును, నిద్రా పరవశత్వంబును నేకీభవింప, సుఖ శయనంబు గావించి, కించి దవశిష్ట యామినీ చతుర్థ యామ సమయంబున శతపత్రంబులతోన నేత్రంబులు వికసింప, న మ్మనోహరాంగుఁడు తన కౌఁగిట నున్న వాఁడకాఁ దలంచుచు మేలుకాంచి, పొడఁగానక, గుండియ జల్లుమన దిగ్గన లేచి, శయ్యాతలంబునం గూర్చుండి, నిద్రా ముద్రాయమానంబు లగు విలోచన ప్రభా జాలంబులు లోలంబులై కొలుకుల నలంక రింప, నలువంకలం గలయఁ బునః పున రవలోకనంబు సేయుచు విభ్రాంతియు విస్మయంబును విచారంబును విషాదంబును విరహంబును నంతరంగంబునం బెనంగొన, నంతకంతకు నతిశయంబు మోహావేశంబునఁ దదీయ సౌందర్య సౌకుమార్య విలాస హావభావంబులు పలుమాఱుఁ దలంచుచు, నా జగదేకసుందరుండు తనముందరం బొడగట్టి నట్లైనం, బట్టరాని తమకంబున బట్టబయలు కౌఁగిటం బట్టఁబోయి, భుజ లతా యుగంబునకు నప్రాప్తం బైన, డెందంబు చిందఱవందఱయై, నయనారవిందంబులఁ దొరంగు నశ్రు జల

బిందు సందోహం బమందంబై ప్రవహింప, నలవిగాని పరితాపంబున వేఁడి నిట్టూర్పు లొదవించుచు నిట్లని తలంచు : 66

ఉషారమణి విరహతాపము

ఉ. నిద్దురవోవుచున్న యెడ నిశ్చయమైన విధంబు దోఁప, న
నొ్నద్దికఁ జేరి కూడి సుఖ మొందఁగఁజేసి భ్రమించినట్టి యా
ముద్దులుగుల్కు జవ్వనపు ముమ్మరపు న్నెఱజాణ యెవ్వఁడో?
పెద్దయు నాటె వానిపయిఁ బ్రేమ మనంబున, నేమి సేయుదున్? 67

శా. ఆ చక్కందన, మా వచో మధురిమం, బా మందహాసామృతం,
బా చాతుర్యము, నా వయో విభవ, మాహా! మోహముం జేయదే
యే చంద్రాస్యలకై నఁ? బొందుగలగా యీ మేనితో వానితో?
నే చందంబున నా మనోరథ ఫలం బీడేఱునో దైవమా? 68

వ. అని చింతించుచు, 69

క. లలనామణి కూటమి లీ
లల నా మణిభూషణాంగు లలిఁ గలిసిన యా
కల మాటలు నిక్కంబుగఁ
గల మాటలుగాఁ దలంచుఁ గడు భ్రమచేతన్. 70

సీ. మొన పంటి కొలఁది నొక్కిన నొక్కుచేఁ గెంపు
టధరంబు చిమ చిమ యనినయట్లు,
చెలువారు గోళ్ల నాటులఁ దేఁట చెక్కిళ్ల
పై నెలవంక లేర్పడినయట్లు,
చెలరేగి యలమిన చేపట్టు బిగువుచే,
గబ్బి గుబ్బలు కసుగందినట్లు,
కళల సొక్కొదవించు గాటంపు రతులఁ బూ
వంటి దేహము వసివాడినట్లు,

తే. భావమునఁ దోచు, స్వప్న లబ్ధంబులైన
సౌఖ్యములు మిథ్య లయ్యు నిశ్చయముగాఁగఁ

బురుష సంగతి చేసిన కరణి నపుడు,
పద్మదళనేత్ర కరుణానుబంధమునను. 71

క. అంత, సఖీ ప్రేరితయై
సాంతత్యంబై నయట్టి సమయోచితముల్
స్వాంతమున నిచ్చ లేకయు
దంతావళయాన యొక విధంబున నడపెన్. 72

సీ. బింబోష్ఠి దర్పణ బింబంబుఁ జూపుచోఁ
జెలువుని ముద్దు చెక్కులు దలంచి,
కలకంఠి మృగమద తిలకంబు దిద్దుచో
సరసుని మేని వాసన దలంచి,
కలికి ముక్తామాలిక లలంకరించుచో
రమణుని మందహాసము దలంచి,
పొలఁతి నీలోత్పలంబుల దండ లొసఁగుచో
రాముని చికుర భారము దలంచి.

తే. గంధగజయాన హృదయంబు కరిగి కరిగి,
యసురుసురు మంచుఁ బారవశ్యంబు నొందు,
నిగిడి పుంఖానుపుంఖంబు లగుచుఁ దాఁకు
దర్పకుని పువ్వుటమ్ములఁ దాళలేక. 73

వ. మఱియును, 74

సీ. విన్నఁదనంబుఁ గై కొన్న నెమ్మోమునఁ
బొడమని చిఱునవ్వుఁ బొందుకొలుపు,
దీన భావంబు నొందిన వాలుఁగన్నుల
లేని వికాసంబుఁ బూనఁజేయు,
గద్గద స్వరము సంగతమైన మాటల
నొదవని చాతుర్యయుక్తిఁ జూపు,
నుల్లాస భంగమై యున్న చిత్తంబునఁ
గొలుపని యుత్సాహ గుణము నెఱపు,

ఆ. ఘన వియోగ వహ్నిఁ గ్రాగుచు నుండియు
మఱుఁగు సేయు నితరు లెఱుఁగకుండ;
సఖులు తెలిసిరేని సంశయింపుదు రను
భయమువలనఁ గుముదబంధువదన. 75

సీ. ఎలనాఁగ వీణ వాయించుచో 'నాహిరి'
'ఘంటారవంబు'నఁ గలిసి చెలఁగు,
జలజాక్షి కావ్యంబుఁ జదువుచోఁ 'బాంచాల'
గతి చోట 'బాహట' క్రమము దొనకు,
నెలఁత చిల్కకు మాట నేర్పుచో 'గీర్వాణ'
భాషలోనఁ 'దెనుంగుఁ' బల్కు గలియుఁ,
జెలియ పద్యంబు రచించుచో 'శృంగార'
రసముపై 'బీభత్సరసము' నిల్పు,

తే. విరహ విభ్రాంతి కతమున, విద్రుమోష్ఠి
యొకటి సేయంగఁబోవ వేఱొకటి దోఁచు;
నగ్గలపుఁ జింత హృదయంబు నంటియున్న
నిట్టు లౌటకు మది సంశయింప నేల? 76

తే. దర్పకుని బాణ తీవ్రతఁ దాళలేక
యంగనామణి 'శివశివా!' యని వచించుఁ
గలికి కోవెల రొదలచే నలసి సొలసి
రామ పలుమాఱు 'శ్రీరామ రామ!' యనును. 77

క. సెగ లయ్యెఁ జలువ వెన్నెల.
పొగ లయ్యెను గప్పురంపుఁ బొడి కన్నులకున్,
బగలయ్యెఁ జిలుక మాటలు,
వగ లయ్యెను సుఖము లెల్ల వనితామణికిన్. 78

చ. కల కలగాక నిశ్చయముగా మదిఁ దోచిననాఁట నుండి, తాఁ
గల కలకంఠ కీర కుల కంఠములం జనియించు దట్టపుం
గలకలము ల్చెవిం బడఁగఁ, గాయజు నమ్ముల గాయము ల్మదిం
గలకల నొంప, యామములు కల్పములై చెలి యుండె ఖిన్నతన్ 79

వ. ఆ సమయంబున. 80

మంత్రికుమారి చిత్రరేఖ యుష నూరడించుట

మ. అమరారీశ్వరుఁడైన బాణున కమాత్యశ్రేష్ఠుడై, బాహు వి
క్రమ కేళీ విజి తాహిత ప్రకరుఁడై, ప్రౌఢిం జతుష్షష్టి తం
త్ర మహా మంత్ర కలాప లక్ష్యపరుఁడై, రాజిల్లుఁ గుంభాండ నా
మమునం దై త్యవరేణ్యుఁ డొక్కరుఁ డసామాన్య ప్రభావంబునన్. 81

ఆ. వాని యనుఁగుఁబట్టి, వర సుందరాకార
రేఖ నొప్పుఁ, జిత్రరేఖ యనఁగఁ,
దండ్రివలన మంత్ర తంత్ర యోగ క్రియ
లభ్యసించి యుండు సాంగముగను. 82

శా. ఆ నీలాలక, బాణకన్యకకు బాహ్యప్రాణమో నాఁగ, నెం
తే నే స్తం బొనరించి యున్నదగుటన్, దీనాననాంభోజయై
గ్లానిం బొందుచునున్న యా రమణి యాకారంబు వీక్షించి, చిం
తా నిర్మగ్న మనోంబుజాతయగుచుం, దత్కార్య మూహించుచున్. 83

తే. ఇంగితజ్ఞాని యగుట నా యిందువదన,
వలపుమర్మంబుగా మదిఁ దెలిసి యపుడు,
పలికె నేకాంతమునఁ జేరి పడఁతితోడ
బడలికలు దీఱఁ జల్లని భాషణముల. 84

ఉ. ఎన్నడు లేని విన్నఁదన మేల మొగంబునఁ దోఁచెనమ్మ? నీ
కెన్నఁడు, లేని చింత మది నెక్కడనుండి ఘటించెనమ్మ! ముం
దెన్నఁడు లేని యీ కృశత నేటికి దేహము చిక్కె నమ్మ? నీ
యున్న విధంబుఁ జూచి వగ నొందెడు నాహృదయంబు కోమలీ! 85

సీ. కమ్మని చిగురాకు కెమ్మోవి కసుగందె,
నుసురుసురని వెచ్చనూర్పకమ్మ!
కనకంపు నెమ్మేను కాఁకచేతఁ గరంగె,
విరహానలంబుచే వేఁగకమ్మ!

తళుకు నిద్దంపు టద్దపు మోము కళ దప్పె,
[1]వలవల కన్నీరు వడువకమ్మ!
వెలిదమ్మి కన్నుల తెలివి మందమునొందెఁ,
దురుము మేఘము గ్రమ్మఁ బొరలకమ్మ!

తే. పలుకఁ గదవమ్మ! వేసట పడకుమమ్మ!
సొలయ నేలమ్మ! మోమెత్తి చూడవమ్మ!
యేల చేసెదవమ్మ! మ మ్మేటికింత
జాలి పెట్టెదవమ్మ! యో చంద్రవదన! 86

క. పరిరంభణ మృదు చుంబన
సరసాలాపాది సురత సౌఖ్యంబులచేఁ
గరఁగించు విభునిఁ బాసిన
విరహిణి చందంబు దోఁచె వెలఁదీ! నీకున్. 87

శా. బాలా! నిన్ను మదీయ జీవముగ నే భావింతు నెల్లప్పుడున్
జాలా, నేఁ గలుగంగ నెంతపనికిన్ సంతాపముఁ బొందఁగా
నేలా? సిగ్గున గుట్టు చేసి హృదయం బింకిట్లు చింతించుటల్
మేలా? దాఁపక తెల్పు, నీ తలఁపు నెమ్మిం బూని కావించెదన్. 88

ఉష చిత్రరేఖకుఁ దెల్పిన స్వప్న ప్రేమోదంతము

వ. అని యివ్విధంబునం జిత్రరేఖా వధూటి పలికినఁ, ద ద్వచనౌషధంబు ప్రియానుపాన సహితంబై యాత్మీయ హృదయ సంజనిత మదన జ్వరంబు శాంతిం బొందించుటయు సేదదేఱి, నిజాభిప్రాయమార్గ నిరోధకంబైన లజ్జా ప్రవాహంబు ధైర్య ప్లవంబువలన నుత్తరించి, కించి ద్గళిత శ్రుతి విపంచీ పంచమ స్వరోపమానంబగు గద్గద స్వరంబున నిట్లనియె: 89

తే. పాన్పుపై నొక్కనాఁడు నేఁ బవ్వళించి
నిదురపోవంగ, లావణ్యనిధి యొకండు
చేరి, నా యౌవనం బెల్లఁ జూఱగొనియెఁ
గల యనుచుఁ దోఁచు, నిక్కంబుగాఁగఁ దోఁచు. 90

1. విలవిల కన్నీరు విడువకమ్మ (అ)

సీ. సొగసైన చెక్కిళ్లు చుంబించి చుంబించి,
చేరి మోమున మోముఁ జేర్చి చేర్చి,
కరమునఁ బాలిండ్లు కదియించి కదియించి,
యధర పల్లవ రసం బాని యాని,
కేలిమైఁగౌఁగిటఁ గీలించి కీలించి,
గళమున నఖ పంక్తి నిలిపి నిలిపి,
చెలఁగి గళ ధ్వనుల్ చెలఁగించి చెలఁగించి,
నిద్దంపుఁ బొక్కిలి నివిరి నివిరి,

తే. పోఁకముడి విచ్చి, దేహంబు పులక లొదవ
నవయవంబులు గదియంగ నదిమి యదిమి,
నవల నేమేమొ చేసె, న య్యాగడంబు
నెట్లు చెప్పుదు? సిగ్గు నోరె త్తనీదు. 91

చ. అటువలె వాని కౌఁగిట సుఖానుభవంబునఁ జొక్కియుండి, యం
తటఁ గను విచ్చి మేలుకొని, త న్మహనీయ విలాసమూర్తి నా
దటఁ బొడగాన నై తిఁ, బరితాప భరంబున నాఁటనుండి నే
నిటువలె నున్నదానఁ గృశియించుచు జీవము వానిసొమ్ముగన్, 92

చ. మదగజ వైరివంటి నడుమా! కమలమ్ములవంటి కన్నులా!
యదను శశాంకువంటి మొగమా! ముకురంబులవంటి చెక్కులా!
మదనునివంటి చక్కదనమా! మధురాధర! వాని రూపు నా
హృదయ పటంబునందు లిఖియించిన కై వడిఁగాననయ్యెడున్. 93

తే. ప్రాణసఖివై న నీకు దాపంగ నేల?
విన్నవించితి నా మది నున్న విధము,
వానిఁ గన్నులఁ జూపి, జీవంబు నిలుపు
మనుచుఁ గన్నీరు దొరఁగ దై న్యంబు నొందె, 94

చిత్రరేఖ చిత్రకళా నైపుణ్యము

ఉ. అ య్యలివేణి దైన్యమున కాత్మఁ గలంగుచు, బాష్ప బిందువుల్
పయ్యెదకొంగునం దుడిచి, భ క్తిమెయిన్ శిశిరోపచారముల్

సయ్యెనఁ జేసి, నెమ్మది విషాదము దీఱఁగ నూరడించి, తా
నయ్యెడఁగొంతసేపు హృదయాబ్జమునం దలపోసె నేర్పునన్. 95

శా. రంగుల్ మీఱు పటంబున న్వివిధ వర్ణ ద్రవ్యముల్ గూర్చి, సా
రంగాంకానన వ్రాసె ముజ్జగములన్ రాజిల్లు రాజన్యులన్,
బంగారంపు మెఱుంగువ్రాఁత జిలుగుల్ పైపైఁగళల్ దేరఁగా,
శృంగారంపు రసంబు వెల్లివిరియం, జిత్ర క్రియా వై ఖరిన్. 96

చ. కళలు వెలుంగు మోములు, వికాస విలాసముఁ జూపు కన్నులున్,
జెలుపముఁ గుల్కు మేనులునుఁ, జెక్కులపైఁ బ్రసరించునవ్వులున్,
దళుకులు చల్లు భూషణ వితానముఁ గల్గి, సజీవ చిత్రముల్
నిలిపినయట్లు వ్రాసె, రమణీమణి నేర్పు వచింప శక్యమే? 97

అ. వ్రాఁత కజుఁడు క ర్త, సేఁతకుఁదాఁ గర్త,
యనుట కిది విరోధ, మైన నేమి?
సేఁత కజుఁడు కర్త, వ్రాఁతకుఁ దాఁ గర్త,
యంచుఁ, జిత్రరేఖ ననఁగవచ్చు. 98

వ. ఇవ్విధంబునం ద్రిభువనంబులం గల్గు పురుషశ్రేష్ఠుల లిఖియించిన యప్పటంబు
నుషాసుందరి ముందట నుంచి యిట్లనియె : 99

చ. త్రిభువనవాసులై వెలయు దేవ మనుష్య భుజంగ కోటిలోఁ,
బ్రభుతయు రూపసంపదయుఁ బ్రాజ్ఞతయుం గలవారినెల్ల నే
ర్చి, భగవతీ మహా మహిమచే లిఖియించితి నిప్పటంబునం,
దభినవమూ ర్తియై తగిన యా ఘనుఁ డెవ్వఁడు వీరిలోపలన్? 100

వ. అని మఱియు నిట్లని వివరింపందొడంగె : 101

ఉ. దివ్య విమాన యానముల, దివ్య సుగంధ విలేపనంబులన్,
దివ్య లతాంత వాసనల, దివ్య ధునీ జలకేళి లీలలన్,
దివ్య విలాసినీ రతుల, దివ్య శరీరములన్, సుఖాత్ములై
దివ్య పథంబున న్మెలఁగు దేవతలన్ వివరించి పల్కెదన్. 102

శా. ఆనందాకర వై భవానుభవు, రంభా ద్యప్సరో నాట్యలీ
లా నిత్యోత్సవుఁ, బారిజాత కుసుమాలంకార హారున్, సుర

స్థానావాస సుఖోన్నతున్, ద్రిభువనీ సామ్రాజ్య సింహాసనా
సీనున్, నిర్జరభర్తఁ జూడు మితనిన్ శీతాంశుబింబాననా! 103

ఉ. అహవనీయ దక్షిణ సమాఖ్యలచేఁ జెలువొంది మంత్ర పూ
తాహుతులన్ సరోరుహభవాదులఁ దృప్తి వహింపఁజేసి, య
వ్యాహతలీల సాధక జనాళికి సౌఖ్యము లిచ్చు పుణ్యుఁ, డు
త్సాహ గుణాసమానుఁడు, కృశానుఁ డితం డిటు చూడు కోమలీ! 104

వ. అని తెలిపి, వారియం దనాదరంబైన తదీయ హృదయంబుఁదెలిపి శేషించిన దిక్పాలక దేవతా గణంబుల వేర్వేర వివరించెద ననుచు నిట్లనియె : 105

చ. అతులిత ధర్మవంతుఁడు కృతాంతుఁ ; డనూనుఁడు యాతుధానుఁ ; డా
యతశుభుఁ డంబురాశివిభుఁ ; డంచిత దేహుఁడు గంధవాహుఁ ;డు
న్నతమతి గుహ్యకాధిపతి ; నాగధరుండు హరుండునుం జుమీ!
యితఁడు, నితం, డితం డితఁడు, నీతఁడు, నీతఁడు, సుందరీమణీ! 106

ఉ. కాముని మించు [1]సుందరముఁ, గంజవనాప్తుని గెల్చు తేజమున్,
సోమునిఁ గేరు నెమ్మొగము శోభిలు వాఁ డల కల్ప వృక్ష చిం
తామణి కామధేను సహితంబగు సంపద లింటఁ గల్గు సు
త్రాముని కూర్మినందనుఁ డితండు, జయంతుఁడు నీరజాననా! 107

శా. భారాంతస్స్పృహులైన నిర్జరుల పైపై సోఁకి యెవ్వాని నిం
డారం బై కొను న ర్త నాభినయ భావారంభ సంరంభ రం
భా రంభోరు ముహుర్ముహు స్తరళి తాపాంగ చ్ఛటా మాలికా
సారం బా నలకూబరుం డితఁడు, త త్సౌందర్య మీక్షించితే? 108

సీ. కంబు కంధర! వీరు కమనీయ నిరత యౌ
వన మదోద్ధతులు గీర్వాణతతులు,
సరసిజేక్షణ! వీరు సంగీత నృత్యా వి
ద్యా ధురంధరులు గంధర్వవరులు,
కుటిల కుంతల! వీరు ఘుటి కాంజనాది క్రి
యాసుసాధకులు విద్యాధరేంద్రు,

1. నందమును (అ)

లమృతాంశు ముఖి! వీరు సుమహితాష్ట విశేష
సిద్ధి ప్రసిద్ధులు సిద్ధ విభులు,

తే. గరుడ కిన్నర రుద్ర కింపురుష సాధ్య
యక్ష రక్షో భుజంగ గుహ్యకులు వీరు,
నీ కటాక్షాంచలంబులు నిగుడఁ జేసి
కెలన వీక్షింపు, మో రాజకీరవాణి! 109

వ. అని పలికి, యనంతరంబ పాతాళలోక నివాసుల వ్రాసిన పటంబుఁ జూపి
యిట్లనియె : 110

మ. భవనాలంకృత నూత్న రత్న రుచి సంపన్నంబు, రాజీవ కై
రవ కల్హార మరంద పాన మధుప వ్రాత స్వనోదార భో
గవతీ తీర మనోహరం, బఖిల భాగ్యశ్రీ నివాసంబునై,
ప్రవణం బొందినయట్టి లోకము గదా పాతాళ మబ్జాననా! 111

వ. తద్భువన నివాసులైన నాగపుంగవుల వివరించెదం గనుంగొనుము. 112

శా. పారావార విహారియైన హరికిం బర్యంకమై, ద్వీప శై
లారణ్యాంబునిధి ప్రయుక్త మహనీయ క్షోణికి న్నిల్వనా
ధారంబై, యురగేంద్ర లోకమునకుం దా సార్వభౌమాంకుఁడై ,
శ్రీ రంజిల్లు ఫణా సహస్ర కలితున్, శేషున్ విలోకింపుమా! 113

చ. అతుల సుధా పయోధి మథనావసరంబున మందరాద్రి క
ప్రతిహత లీల నావరణ పాశ లతాకృతిఁ దాల్చి, దానవా
హితులకు వాంఛితంబు ఫలియింపఁగఁజేసిన కీర్తిశాలి, భా
సిత సిత దీర్ఘ దేహు ఫణిశేఖరు, వాసుకిఁ జూడు మీతనిన్, 114

వ. అని, మఱియుం దక్షక కర్కోటక ప్రముఖులైన చక్షుశ్శ్రవశ్రేష్ఠుల రూప నామంబులు చక్షుశ్శ్రవంబులకు గోచరంబుగా దృష్టంబును శ్రుతంబును గావించిన, దదీయ రూప నామంబులు వేదాంత సిద్ధ వచన ప్రకారంబున నాత్మకు వేఱై యస్థిరం బగుటయుఁ, దదీయ ముఖ చిహ్నంబువలనం దెలిసినదై, తదనం తరంబ మధ్యమలోక పురుష పరివృఢులం దెలుపం దలంచి యిట్లనియె : 115

చ. శుక పిక శారికా నినద శోభిత కేళి వనాంతరంబులన్,
వికసిత పద్మ కైరవ నవీన సుగంధ సరోవరంబులం,
బ్రకట సువర్ణ గేహముల భద్రగజేంద్ర తురంగమాదులన్,
సకల సువస్తు సంపదల సౌఖ్యదమై తగు మర్త్య మంగనా! 116

వ. ఏత ద్భువనంబునం గలుగు రాజశేఖరుల నాలోకింపుము. 117

చ. నిజ గజనాథ యూథ పద నిర్దళి తోన్మదవైరి పార్థివ
వ్రజ చతురంగ సైన్యుఁడు, విరాజిత రత్న విభూషణ ప్రభా
విజిత విభాకరుండు, పర వీర భయంకర ఖడ్గ విస్ఫుర
ద్భుజుఁడు, కళింగ భూభుజుఁడు తోయరుహానన! వీఁడె చూడుమా! 118

చ. లలిత లవంగ కోమల విలాస లతా పరిణద్ధ చందనా
మల మలయక్షమాభృ దసమాన సుగంధ విశేష శీత లా.
నిల విలస ద్గవాక్ష చయ నిర్మిత హర్మ్య విహారి పాండ్యుఁ, డీ
యలఘుని జూడవమ్మ! దరహాస సుధారస రంజితాననా! 119

శా. గంధేభేంద్ర సమాన యాన! తెలియంగాఁ జూడు వీనిం, జతు
ష్కంధి ప్రావృత మేదినీ వలయ విశ్రాంత ప్రతాపాబ్జినీ
బంధున్, యుద్ధ కృతి ప్రసిద్ధు, బలవ త్ప్రత్యర్థి రాజన్య ని
ర్బంధున్, సాంబశివార్చ నానుగుణ సంబంధున్, జరాసంధునిన్. 120

శా. చౌదంతిన్ యుగ దంతిగాఁగొని, సహస్రాక్షుండు యుగ్మాక్షుఁడై,
మోదంబొప్ప ధర న్జరించుగతిఁ బెంపున్ సొంపు సంధిల్లఁగా
వేదండో త్తమ వాహుఁడై వెలయు నీ వీరుం, బ్రభా భాసమా
నాదిత్యున్, భగదత్తుఁ జూడుము, నితంబాభోగ హేమాంశుకా ! 121

శా. పూజ్యంబై తగు కౌర వాన్వయమునం బొల్పొంద జన్మించి, సా
మ్రాజ్యం బేలు సుయోధనుం దెలివి మీఱం జూడు మొక్కింత, [1]దీ
వ్యజ్యో తిర్మయ సాధను న్విహిత బాహాదండ కోదండ దం
డ జ్యా నిర్యదఖండ చండతర కాండ ప్రోద్భ టాయోధనున్ 122

---

1. దివ్య జ్యోతిర్మయ (ము)

ఉ. తోయజగంధి ! చూడుము విధూత తమోగుణ దివ్య తేజుఁడై,
ధీయుత మూర్తియై, వసుమతిన్ విహరించు పయోజబాంధవుం
డే యితఁ డంచు నెంచఁదగు ఠీవి వెలుంగుచునున్నవాని, రా
ధేయుని, దాన వైభవ విధేయుని, వర్ణిత భాగధేయునిన్. 123

సీ. జయముచే ధర్మ నిశ్చయముచే వై భవో
దయముచేఁ దగువాఁడు ధర్మజుండు,
దిటముచే భుజ బలోత్కటముచే రణ జయా
ర్భటముచేఁ బెంపొందు పవనజుండు,
యు క్తిచే విబుధానుర క్తిచే వర బాణ
శ క్తిచే నధికుండు సవ్యసాచి,
బుద్ధిచే నతుల ప్రసిద్ధిచే భాగ్యాభి
వృద్ధిచే..బొగడొంది వెలయు నకులుఁ,

తే. దసమశర సుమ సుకుమార రస మనోహ
రావతారుండు సహదేవుఁ డంబుజాక్షి!
వీర లేవురు పాండవ వీరవరులు,
పెంపు సొంపార నిటు విలోకింపవమ్మ! 124

చ. సుమహిత ధాళధళ్య రుచి సుందర కోమల విగ్రహంబుపై,
నమలత రేంద్రనీల నిక రాసిత వర్ణ ఘనాంశుకంబుతో,
నమరిన నీలమేఘ రజతాచలరాజముఁ బోలె రేవతీ
రమణుని జూడవమ్మ! బలశాలినిఁ ; గోమల పాటలాధరా! 125

సీ. లలిత రేఖాత్రయీ కలిత కంఠమువాఁడు,
ధవళ విస్తార నేత్రములవాఁడు,
ఆజాను లంబి బాహా విలాసమువాఁడు,
కమనీయ నీలాలకములవాఁడు,
హార శోభిత విశా లోరస్థలమువాఁడు,
తరుణారుణాంఘ్రి పద్మములవాఁడు,
మహనీయ నీల కోమల శరీరమువాఁడు,
నవ దరస్మిత సుధాననమువాఁడు,

తే. సరస కల్యాణ గుణ విశేషములవాఁడు,
మదన శతకోటి సౌందర్య మహిమవాఁడు,
దేవకీనందనుఁడు, కృష్ణదేవుఁ డితఁడు,
వనిత! కనుఁగొమ్ము, నేత్రోత్సవంబుగాఁగ. 126

మ. త్రిజగన్మోహన రూప వైభవుని, సాంద్రీభూతకీర్తిం, బ్రతా
ప జయార్కున్, రతి కామినీ కుచతటీ పాటీర ముద్రాకరాం
బుజునిం, గంఠ విలంబమాన విలస న్ముక్తామణీ మాలికా
వ్రజునిన్, మారట కృష్ణమూర్తి యగు నీ ప్రద్యుమ్ను నీక్షింపుమా! 127

ఉ. చక్కనివారిలో మొదలి చక్కనివాఁడగు తంద్రికన్ననుం
జక్కనివాఁడు, భవ్య గుణ సంపదఁ దాతనుఁ బోలువాఁడు, పెం
పెక్కిన కీర్తివాఁడు, కమలేక్షణ పౌత్రుఁడు, శంబరారికిన్
మక్కువ నందనుం డితఁడు, మానవతీ! యనిరుద్ధుఁ జూడుమా! 128

వ. అని యివ్విధంబున నవ్వనిత య వ్విలాసినీతిలకంబునకు భూలోక పురష పుంగవుల వేర్వేఱ వివరించుచు ననిరుద్ధకుమార పర్యంతం బునుం జూపునప్పుడు. 129

అనిరుద్ధుని చిత్రపటమును గాంచి యుష మేలుపడుట

సీ. అంగ వంగ కళింగ బంగాళ నృపులపై
సారంగ గతులచేఁ జౌకళించి,
గౌళ నేపాళ పాంచాల భూభుజులపై
నవ తటి ల్లత రేఖ నవఘళించి,
మగధ మత్స్య మరాట మద్ర నాయకులపై
మత్స్య పుటంబుల మహిమ నిగిడి,
యాదవ వృష్ణి భోజాంధక శ్రేణిపై
యల తేఁటి దాఁటుల నెళవుఁ జూపి,

తే. మఱియు గోపాలదేవ మన్మథులమీఁద
బొట్టి కోలల గతిఁ దాఁకి మిట్టి తిరిగి,
వ్రాలి యనిరుద్ధునందుఁ గ్రొవ్వాఁడి చిలుకు
ములికియై నాటెఁ గలకంఠి బెళుకుచూపు. 130

చ. కనుగొనఁగానె జల్లుమనెఁ గై రవలోచన గుండె, దేహ మె
ల్లను బులకించెఁ, గన్నుల జలంబులు జాలయి పాఱె, మోమునం
బెనఁగొనె దైన్యరేఖ, నవనీత గతిం గరఁగె న్మనంబు, ము
న్పనుపడియున్న తాపశిఖి ప్రజ్వల భావము నొందె వింతయై. 131

ఉ. కన్నుల ఱెప్ప లాఁగని వికాసపుఁ జూపును, మౌనముద్రతో
నున్న మొగంబు, నిశ్చలత నొప్పు శరీరముగాఁ బటంబుపై
నున్నత లీల వ్రాసిన ప్రియుం గని, సొక్కునఁ దాను నట్లయై
చిన్నెలు దక్కియుండె సఖి, చేసిన జంత్రపు బొమ్మకై వడిన్. 132

తే. అతని లావణ్య సరసియం దతివ చూపు
నిండుకొని బారులయ్యెను గండు మీలు,
నుప్పతిలి గుంపులయ్యె నీలోత్పలములు,
పాదుకొని మూఁకలయ్యెఁ బుష్పంధయములు. 133

ఉ. చూచుఁ, జలించి పైఁబడగఁ జూచుఁ, గుచంబుల నొత్తిపట్టఁగాఁ
జూచు, నఖాలిమైఁ జెనకఁజూచు, సుధాధరబింబ మానఁగాఁ
జూచుఁ, గవుంగిటం బెనఁగఁజూచుఁ, గపోలము ముద్దు పెట్టఁగాఁ
జూచు, లతాంగి యమ్మదన సుందర రూపముఁ జూచి భ్రాంతితోన్, 134

వ. ఇత్తెఱంగున, నక్కోకకుచ తన రుచిరావలోకనంబులు పరమ శాంతుని హృదయంబునుం బోలె దత్సౌందర్య లహరీ మగ్నంబై యానందలహరిం దేలుచున్న, నెట్టకేలకు మరలించి కుంభాండక తనూభవ ముఖాంబుజంబున నిలిపి యిట్లనియె: 135

ఉ. వీఁడు గదమ్మ నా నిదురవేళ ఘటించినవాఁడు, కోమలీ !
వీఁడు గదమ్మ పంచశర విద్యలు చూపినవాఁడు తొయ్యలీ !
వీఁడు గదమ్మ నా హృదయ విత్తము నాచినవాఁడు, యుగ్మలీ!
వీఁడు గదమ్మ యీ విరహవేదన గొల్పినవాఁడు, నెచ్చెలీ ! 136

క. నిన్నుండి వీని రూపముఁ
గన్నులఁ జూడంగఁ గలిగెఁగా నేటికి నో
క్రొన్ననఁబోడిరొ ! నీ ఋణ
మెన్ని భవంబులకునైన నీఁగం గలనే ! 137

వ. మేఘాగమనంబునకు నెదురుచూచుచున్న మయూరంబు విధంబున, సంపూర్ణ పూర్ణిమా చంద్ర బింబోదయంబుఁ గోరుచున్నచకోరంబు కైవడి, స్వాతి వర్షంబు నపేక్షించుచున్న మౌ క్తిక శుక్తి చందంబున, హృదయంగమాకారుండైన యీ రాజకుమారుతోడి సంభోగంబునకు నా హృదయంబు నిరంతర వ్యాపారంబై యభిలషించుచున్నయది; దురంతంబైన విరహ పారావారంబు నీఁద వశంబుగాక మునుంగుచున్న నాకుం దెప్ప విధంబున నా భాగ్యవశంబున నీవు సంఘటించితివి. ఏయుపాయంబుననై న నీతనిం దెచ్చి మామక మనోరథం బీడేర్చి ప్రాణ దానంబు సేయవలయు నిది యనుచితంబని విచారించెదవేని నాకర్ణింపుము. 138

సీ. కలలోనఁ గన్నవా ర్తల కింత వలవంత
కేమి కారణమని యెంచుకొంటి,
నా యున్కి గనుఁగొన్న నా సాటి వారిలో
నిది లాఘవం బని యెంచుకొంటి,
మదిలోన నీ మాట మఱచి యుండెదఁగాక
[1]యెంతలే యని బుద్ధి నెంచుకొంటి,
గుఱు తెఱుఁగని వాని కూర్మి కాశించిన
నేమి ఫలంబని యెంచుకొంటి,

తే. నేమి సేయుదు? వాని కళా మనోజ్ఞ
వదన పూర్ణేందు చంద్రికా వ్యాప్తిఁ జంద్ర
కాంత రత్నము కైవడిఁ గరఁగియున్న
భావమున ధైర్య మింతై నఁ బాదుకొనదు. 139

ఉ. కావునఁ, బక్వ బింబ ఫల కాంతులతోఁ దులఁదూగు వాని కె
మ్మోని సుధారసంబు మది మోహముదీఱఁగ నానకుండినన్,
భావభవ జ్వర జ్వలన బంధుర తీవ్ర శిఖా కలాప తా
పావహమైన నాదు హృదయ వ్యథ తీఱునె యెన్ని భంగులన్? 140

మ. కలికీ! మాటలు వేయు నేమిటికి, నీ కాయంబుతో వానితోఁ
గలియన్ భాగ్యము గల్గకున్న, విభునింగాఁ జేయుమీ వీని రాఁ

1. యెంతలేదని (మూ)

గల జన్మంబున నంచు బ్రహ్మకు నమస్కారంబుఁ గావించి, య
వ్వల దేహాంతర తీవ్ర లబ్ధి కుచిత వ్యాపారముం జేసెదన్. 141

తే. అనుచుఁ జెని వల్కు ఖేద వాక్యములతోన
వేఁడి నిట్టూర్పు గాడ్పు లావిర్భవించె,
నూరుపులతోన కన్నీరు లేఱు లయ్యె,
నశ్రువులతోన పరవశం బయ్యె మేను. 142

తే. అతిద దురవస్థఁ గనుఁగొని, యాత్మఁగలఁగి,
యువతి వివశత దీఱంగ నుపచరించి,
యనుగుణంబైన మధుర వాక్యముల మనసుఁ
జల్లజేయుచు నుండె నా సమయమునను. 143

వ. అని శుకుండు వలికె ననినఁ, దదనంతర వృత్తాంతం బెట్లయ్యె నెఱింగింపు
మనుటయు. 144

ఆశ్వాసాంత పద్య గద్యములు

చ. చతుర విహార! హార మణి సాంద్ర లస ద్భుజ మధ్య! మధ్యని
ర్జిత మృగరాజ! రాజ సరసీరుహ మిత్ర సునేత్ర! నేత్ర శో
భిత వసుభద్ర! భద్రగజ భీతి హరాదర భావ! భావజా
హిత మతి వాస! వాసవ మణీద్ధరుచి స్ఫుట కేశ! కేశవా! 145

క. దురిత పరితాప పరిహర
చరితా! భరితాదరాత్మ! శంకర హృదయ
స్మరిత! హరిదశ్వ కోటి
స్ఫురితా! స్ఫురితారి నినద సంశ్రుతి వినుతా! 146

భుజంగప్రయాతము.

మహా మంగళాకార! మా స్నేహ మోహా
వహా! భూధరోత్సాహ వారాహ దేహా!
గుహాత్మజ్ఞ సాచింత్య ఘోరాఘ దాహా!
మహా మంగళాద్రి ప్రమావ త్సుగేహా! 147

గద్యము

ఇది శ్రీ మంగళాచల నృసింహ కృపా ప్రసాద సంప్రాప్త
విద్యావై భవ కనుపర్తి రాయన మంత్రి తనూభవ
సుజనహిత కృత్య నిత్యా యబ్బయామాత్య
ప్రణీతంబై న యనిరుద్ధ చరిత్రంబను
మహా ప్రబంధంబునందు ద్వితీయాశ్వాసము.

శ్రీ

అనిరుద్ధ చరిత్రము

తృతీయాశ్వాసము

(సూర్యా స్తమయ వర్ణనము-అంధకార వర్ణ నము-తారకా వర్ణనము-చంద్రోదయ వర్ణనము-మన్మథుని దండయాత్ర-ఉషకుఁ జెలులశైత్యోపచారములు- మదనోపాలంభనము- చంద్రోపాలంభనము-మలయ పవనా ద్యుపాలంభనము- యోగ మహిమచేఁ జిత్రరేఖ ద్వారకా ప్రవేశము-సమ్మోహన విద్యా ప్రభావముచేఁ జిత్రరేఖ యనిరుద్ధు నపహరించుట-ఉషను గాంచి యనిరుద్ధుఁ డనుర క్తుఁడగుట-ఉషానిరుద్ధులు సమ్మదాంబుధి నోలలాడుట-ప్రభాతవర్ణనము-ఉష గర్భ ధారణము-అంతఃపుర ద్రోహిని బంధింప బాణుని యాదేశము-అని రుద్ధుఁ డుక్కురక్కసుల నుక్కడంచుట-బాణాసురునకు అనిరుద్ధుఁడు పట్టువడుట-ఉషాకాంత దురంత సంతాపము-ద్వారకలో అనిరుద్ధుని యన్వేషణము-ఆశ్వాంత పద్య గద్యములు.)

శ్రీవత్స వైజయంతీ
శ్రీ వనితా కౌస్తుభాది శృంగార విలా
సావహ వక్షస్థ్సల భువ
నావన సంభ్రమణ మంగళాచల రమణా! 1

తే. అవధరింపుము శౌనకుం డాదియైన
మునివరేణ్యులతోడ నిట్లనియె సూతుఁ,
డా పరీక్షిన్మహారాజు నాదరమునఁ
జూచి విజ్ఞాన నిధియైన శుకుఁడు పలికె ; 2

సూర్యాస్తమయ వర్ణనము

వ. అంత. 3

సీ. వినతా తనూజ కేతన కళా సంప్రా ప్త
జనితానురాగ విస్తార మనఁగ,
నపర దిగ్గలధి నాయక సమర్పిత ఫుల్ల
హల్లక మాల్య ప్రభాంక మనఁగ
సమర సన్నాహ రక్ష శ్చటా విదళన
కోపాగ్ని కీలా కలాప మనఁగఁ,
దత్కాలతాండవోద్ధత మహాబిల కేశ
వరమణి మకుట రుగ్వ్యాప్తి యనఁగ,

తే. భా పరిగ్రహణార్థ సమీప వర్తి
గంధనహ బంధు తేజః ప్రకాశ మనఁగ,
న స్త శై లాగ్రమున భాస్వ దరుణ దీ ప్తి
మండలం బయ్యె, మా ర్తాండ మండలంబు. 4

చ. ఇనుఁడు కరంబులం బొదివి, యింపుగ సంగమ మాచరింపఁ బ
ద్మిని వదనంబున న్నగవుమీఱ వికాస విలాసమూని, లో
నన ద్రవ ముబ్బి, సొక్కి, నయనంబులు మూయుచు నిద్రచెందెనో
యన, ముకుళీభవించె, దివసాంతమునందుఁ బయోజ షండముల్. 5

చ. ఇనునకుఁ బద్మినీ కువలయేక్షణపై మది నెంత మోహమో.
తను నెడఁబాసి యెంత పరితాపము నొందునో, నాల్గు యామముల్
చనిన పునస్సమాగమము సంఘటనంబని తెల్పుమంచుఁ దాఁ
బనిచె సరస్యుపాంత తరు పంక్తుల నీడల పేరి దూతలన్. 6

క. కమలిని పైఁ గూరిమిచే
రమియించెం గాన, నశుచి రాహిత్యముగా
నమరం, దాన మొనర్చిన
క్రమమునఁ గమలాప్తుఁ డపరకంధిం గ్రుంకెన్. 7

అంధకార వర్ణనము

తే. అంబురుహ సంభ వాండ గేహాంతరమున
దీపకంబైన భాస్కర దీపకళిక
యవలి దిక్కునఁ జేరిన యంధకార
బంధురంబయ్యె దశదిశా భాగముననుఁ, 8

చ. అనయము జీవకోటికి భయంబుగ దారులు గట్టి కొల్లఁగై
కొన సెలవిచ్చెఁ జోరులకుఁ, గూర్మిఁ బరాంగనలన్ రమింపఁగాఁ
బనిచె విటావలిన్, భువనబంధుఁడు లేని యరాజకంబుచేఁ
దన పరమై చరించె వసుధాస్థలిఁ జీఁకటి పాలెగాఁ డొగిన్. 9

సీ. [1]ఆపేక్షతీరంగ నంభోజగంధుల
బటువు గుబ్బలమీఁదఁ బ్రాఁకి ప్రాఁకి,
కోరిక ఫలియింపఁ గుంభీంద్రయానల
యధర పల్లవముల నాని యాని,
ముచ్చట దీఱంగ ముకురబింబాస్యల
నిద్దంపుఁ జెక్కిళ్లు నివిరి నివిరి,
యభిలాష దనియంగ హరినీల వేణుల
మవ్వంపుఁ గొప్పులు దువ్వి దువ్వి,

తే. యంధకారాఖ్య కామాంధుఁ డన్య సతుల
నలముకొనుచుండెఁ గాని దోషానుభవము
తపన కర ఘాత నెపమునఁ దాఁకు ననుచు
నెఱుఁగ లేఁడయ్యెఁ, దామసుం డేమి యెఱుఁగు? 10

క. జీవనమె జీవనంబై
యీ విధమున నున్న మమ్ము నెడ సేసె నయో
దైవ మని ఖేద మొందెడు
కైవడి, నమరెన్, రథాంగ కరుణ రవంబుల్. 11

1. ఆదట (మూ)

తారకా వర్ణనము

సీ. వరుని రాకకు నిశా వాససజ్జిక మింటఁ
బఱిచిన వెన్నెల పాను పనఁగ,
గగనకేశుని మస్తకమున దిక్పాలురు
పూజ చేసినయట్టి పువ్వు లనఁగ,
దట్టమై తిరుగుచున్నట్టి ఖేచరకోటి
ముత్యాల గొడుగుల మొత్త మనఁగఁ,
దమము గర్వ మడంప దండెత్తి రేరాజు
ముందర నడిపించు మూఁక యనఁగఁ.

తే. గెరలి మరుఁ డూర్ధ్వ లోకముల్ గెలువఁ బింజ
పింజ గొన నేయు పుష్పాస్త్ర వితతి యనఁగఁ
గన్నులకుఁబండుగై తోఁచె గగన భాగ
మండనంబైన తారకా మండలంబు. 12

సీ. అధిప లాలితలైన స్వాధీనపతికలు,
నలుక దీఱిన కలహాంతరితలు,
వరుని రాకను గోరు వాసకసజ్జికల్,
పతి వంచకలు విప్రలబ్ధ సతులు,
పొరుగూర విభు లున్న ప్రోషితభర్తృకల్.
కలహించి విడనాడు ఖండితలును,
ధవులు వేగంబ రాని విరహోత్కంఠితల్,
[1]సంకేత గతు లభిసారికలును,

తే. రమణ సంభోగ విప్రలంభముల నొంది
రష్టవిధ నాయికలు నిట్టు లతిశయముగఁ,
గువలయానంద భావానుగుణ్య కళల
విలసితంబై యన్నిశా వేళయందు. 13

1. సాంకేత గత(ము)

శా. [1]మందాక్షాచసముల్ క్రమించి, కులధర్మ స్రోతసుల్ దాఁటి, త
న్నిందా భీతి మహాటవుల్ గడచి, పొందెం బుంశ్చలీకోటి ని
స్పందేహ స్ఫురణన్ భుజంగ నివస త్సాంకేతిక స్థానముల్,
కందర్పుం డను మంత్రదేవత సమాకర్షింపఁగా నయ్యెడన్. 14

ఉ. చీఁకటి వేళ సంచరణ సేయుచు, నిక్కువలైన చోట్ల న
ఙ్గాఁకల నిల్చుచుం, జనుల యల్కుడు కొయ్యన లోఁగియుండుచుం,
గాఁకల యూర్పు లుస్సురనఁగా, విటకోటి భుజంగభావముల్
గైకొనియుండె, నిందుననె కావలె, వారి భుజంగ నామముల్. 15

సీ. గళ రవంబులు రద్దిగాఁ జెలంగింపక
పలుమాఱు మెల్లనె పలుకు మనుచుఁ,
దమికొద్ది నధర బింబము గంటు వడనీక
మొనపంట నొక్కింత మోపు మనుచు,
గుబ్బ చన్నులమీఁద గోరు లేర్పడనీక
నేర్పుతో నొయ్యన నివురు మనుచు,
రతి సుమాళమున నార్భటముఁ గావింపక
నిలుకడఁ జల్లఁగాఁ గనియు మనుచుఁ,

తే. గాముకులయందుఁ గూర్మలుఁ గలిగియుండి
యును, రహస్యంబు బయలగు ననెడిభీతిఁ,
గలిసి రిబ్భంగి సాంకేతికములయందు
జారకాంతలు మోహిత స్వాంత లగుచు. 16

చంద్రోదయ వర్ణనము

ఉ. ఆ సమయంబునం గువలయ ప్రియమైన ప్రభుత్వ రేఖ ను
ల్లాస రసంబు మోమునఁ దొలంకఁగఁ జల్లని రాజటంచు వి
శ్వాసముతోడ లోకులు ప్రశంసలు సేయఁగఁ బూర్వశై ల సిం
హాసన మెక్కెఁ జంద్రుఁడు నిజాభ్యుదయంబు జగత్ప్రసిద్ధిగన్. 17

1. మందాక్షాంచలముల్ (ము)

సీ. భూ సభోంతరములఁ బూర్ణీభవించు త
మంబుల నుచ్చాటనంబుచేసె,
వసతుల మెలఁగు జీవం జీవ విహగ క
దంబంబు నాకర్షణంబుచేసెఁ,
గవ గూడి చెలఁగు జక్కవల క్రీడా విలా
సంబులు సంస్తంభనంబుచేసెఁ,
సలిల మధ్యంబునఁ జెలువొందు కై రవా
రామంబుల వశీకరంబుచేసె,

తే. నలిన పం క్తికి విద్వేషణంబుచేసె,
[1]దమ్మి రా రా సెకల మారణమ్ముచేసెఁ,
బొసఁగ వెన్నెల మంత్ర విభూతిఁ జల్లి
మహిమఁజూపె సుధాకర మాంత్రికుండు. 18

మన్మథుని దండయాత్ర

సీ. జతనంబుతోఁ దేటి సంచిణీ హాశము ఛి
న్నీ దుముదారుగా నిగుడి నడువఁ.
గలువలదొర చల్లగాలి వజీరులు
పూని రాస్తాను చపాను గొలువఁ,
బెంపుమీఱు వసంత ఫేషువా హుజురున
నుండి చెలావణీ హొనరు దెలుప,
నెమ్మిఁ గోవెల నిశానీదారు గములు క
ర్నాచీ డమారము ల్నాదుసేయ,

తే. సరణి కావాలు రంగురుఖల్ చౌపుటములు
రహిగ నటియించు చిలుక హిరాకి నెక్కి
కెంజిగురు సైబు కేల నంకించుకొనుచు,
మదను ఫాదుశహా దండు కదలె నపుడు. 19

వ. అంత, 20

---

1. దమ్మిచేరాశకల (వా), దమ్మి పేరాశలను (ఆకా)

మ. చణ బాహా బలశాలి మన్మథుఁడు చంచ చ్చంచరీక చ్ఛటా
గుణ టంకార రవ ప్రచండ సుమనః కోదండ నిర్ము క్త దా
రుణ చూతాంకుర బాణముల్ పఱపె నక్రోధాత్ముడై, మానినీ
మణి ధైర్యం బను జోడు చించుచు మనో మర్మంబులం దూఱఁగన్. 21

ఉషకుఁ జెలులు శైత్యోపచారములు

మత్తకోకిల.

[1]మత్తకోకిల శారికా శుక మంజు మోహన నాద సం
ప త్తికిన్, మలయాచలానిల పద్మశాత్రవ చంద్రికో
ద్వృత్తికిన్, సుమవాసనా పదవీ భ్రమ ద్భ్రమర స్వనో
త్ప త్తికిన్ , మది నోర్వఁజాలక తల్లఁడిల్లుచు నుండఁగాన్. 22

క. వగ నొందుచుఁ జెలిక త్తెలు
మృగమద ఘనసార గంధ మృదు కుసుమాదుల్
తగఁ దెచ్చి శిశిర విధులా
మగువకుఁ గావించి రపుడు మఱియు న్మఱియున్. 23

సీ. విభుని కౌఁగిటికినై వెతచెందు మేనికిఁ
జందన పంకం బలంద నేల?
చందనంబునఁ గసుగందెఁ గదా యని
గ్రక్కునఁ బన్నీటఁ గడుగ నేల?
పన్నీటివలనఁ దాపంబు మించుటఁ జూచి
చంద్రరజంబు పైఁ జల్ల నేల?
చంద్రరజంబుచే జనియించె సెక లంచు
వేసఁ దాళవృంతము లీవ నేల?

తే. తాళవృంతములను వడదాఁకె ననుచు
వగవఁగా నేల? నేరని వైద్య కరణిఁ
దను గుణ మెఱుంగఁ జాలక తమరు సేయు
మందులకె మందు లొనరించి రిందుముఖులు. 24

1. ఇందు వృత్తనామము గలదు; ముద్రాలంకారము

తే. ఎన్ని యుపచారములు చేసి రిందువదన
లన్నియునుఁ జూడ మునుపటికన్న మిగుల
బాధకము లయ్యెఁ, దయలేని ప్రభువుతోడ
మందలించిన [1]మనవుల చందమునను. 25

వ. ఇక్కరణి నక్కువలయాక్షి విరహాతిశయంబున నోర్వంజాలక పరితపించుటకు సఖీజనంబులు విచార మగ్నాంతరంగలై కుసుమ సాయకు నుద్దేశించి యిట్లనిరి: 26

మదనోపాలంభనము

ఉ. తల్లి సమస్త భాగ్య నిధి, తండ్రి దయాపరమూర్తి, నీ చెలుల్
చల్లనివారు, నీవు కడుఁ జక్కనివాఁడవు, పొంకమైన నీ
విల్లు సమాధురిం బరిఢవిల్లు, మృదుత్వము నీదు వర్తనం
బెల్ల, నయో! వధూ వధకు నేటికి రోయవు మీనకేతనా? 27

చ. పురహర దేవునిం జెనకఁబోయి తదుగ్ర లలాట నేత్ర భీ
కర దహనార్చులం గలిసి కాలితి, వంతట నుండియైననుం
బరులను బీడపెట్టని కృపాగుణ మేటికి లేదు నీకుఁ? గా
పురుషులు రాజ దండనముఁ బొందియు నైజము మానరే కదా! 28

వ. అని పలికి, సుధాకరు నుద్దేశించి, 29

చంద్రోపాలంభనము

సీ. కువలయంబులను గన్గొన్న చల్లని చూపు
కమల బృందములందుఁ గలుగదయ్యెఁ,
నల చకోరములపైఁ గలుగు దాక్షిణ్యంబు
జక్కవ గములందుఁ దక్కువయ్యెఁ,
సప్రాణ విభులైన సతులపైఁ గూర్మి య
నాథ కాంతలయందు నాస్తి యయ్యెఁ,
నిందూపలములపై నెనయు సౌహార్దంబు
రవికాంతములయందు రహితమయ్యెఁ,

---

1. మనువుల (మూ)

తే. బక్షపాతంబు మాన వేపక్షముననను,
రాజ! దోషాకరుఁడవుగా రామ! రామ!
దానఁజేసి సుమీ, నీదు మేనియందు
నంకమై నిల్చియున్న దీ యపయశంబు. 30

క. పగ లొప్పని సౌమ్యత నై
జగుణం బగు నీకు, నింత చల మేటి కయో!
తగు పూర్ణ కళానిధితో
మొగ మెఱుఁగనివాఁడవా! కుముదినీరమణా! 31

వ. అని మలయపవను నుద్దేశించి, 32

మలయ పవనా ద్యుపాలంభనము

శా. ఎంచం జల్లనివాఁడవై, సరసులం దిష్టంబు వాటించుచుం,
బంచ ప్రాణములై మెలంగుదువు, మా పద్మాక్షియం దిట్లు బా
ధించం జొచ్చితి వియ్యెడన్, మరుని బుద్ధిన్ నీ స్వభావంబు వ
ర్జించం జెల్లునె? నీ గుణంబు గద దాక్షిణ్యంబు మందానిలా! 33

వ. అని పిక శుక నికరంబుల నుద్దేశించి, 34

క. ఒక కుతికై యుండెడి మీ
రకటా! చెలియెడల నింత యతి కూహకమా?
పికమా! శుకమా! యిఁక మా
నక మా సుకుమారగాత్రి నాయమె యేచన్? 35

యోగమహిమచేఁ జిత్రరేఖ ద్వారకా ప్రవేశము

వ. అని పలుకుచున్న సమయంబునం జిత్రరేఖం గనుంగొని యుషాంగన తన మనోహరుండైన యనిరుద్ధుని సరస సౌందర్య సౌకుమార్యంబులు పలుమాఱు ప్రస్తుతించుచు నిట్లనియె : 36

ఉ. ఔనటవమ్మ! వాని సర సాధర సార రసామృతంబు నే
నానక యింకఁ దాళఁగలనా? లలనా! కల నాద కీర సం

తానము సేయు రంతు ముగితా! నుది తా నది తాపమయ్యె స
న్మాన విధంబు నీదె కద! నాయెద నా మదనాభుఁ జేర్చినన్. 37

వ. అని పలికిన, 38

చ. విరహము నొందకమ్మ! విభు వేగమె తోడ్కొని వత్తు నంచు, నా
సరసిజగంధి, యోగ బల సంపదచే గగన ప్రచారయై
యరిగె, ననేక పట్టణ వనాచల శైవలినీ చయంబు స
త్వర విభవంబునం గడచి తా నట నేఁగుచుఁ గొంత దవ్వునన్. 39

శా. కాంచెం గాంచనగాత్రి, సౌధ శిఖరాగ్ర స్వర్ణ పాంచాలికా
చంచ న్నీలమణి ప్రకల్పిత కచ ప్రక్ళ్ప్తి భవ త్తారకన్,
బంచోదంచిత హృద్య వాద్య రవ శుంభ ద్వ్యామ పూజా లస
త్కొంచామిత్ర గురుస్థ మండప సహస్ర స్ఫారకన్,ద్వారకన్. 40

వ. కనుంగొని,మనంబునఁ బెనంగొను ప్రమోదంబునఁ బ్రమాదంబగు విద్యా విశేషంబున న న్నగరంబుఁ బ్రవేశించి, సమంచిత ప్రాసాద రేఖా పురోభాగ మహోన్నత స్తంభాగ్ర విరచిత దేదీప్యమాన దీపికా కదంబక ప్రతిబింబ విడంబిత సాంద్ర చంద్ర శిలా స్థగిత పద్మరాగ మణి గణ చరణారుణా కిరణ స్ఫురణవలన నిశాసమయం బయ్యును దివాభాగంబునం బోలె దృగ్గోచరం బగు తదీయ సౌభాగ్యంబునకు నాశ్చర్యంబు నొందుచుఁ, గలిత కాంచన కన త్కవాట కమనీయ చతుర్ద్వార చారుతర ప్రాకారంబును, మహోగ్ర సాధన సమగ్ర జాగ్ర ద్వీర భట సమూహ సమావృత్తంబును, రుక్మిణీ సత్యభామా ప్రముఖాష్ట మహిషీ షోడశ సహస్ర సుందరీ సందోహ మంది రామంద సుందరంబును, బద్మరాగ వజ్ర వైడూర్య గోమేధిక పుష్యరాగ మరకత నీల ముక్తా ప్రవాళ ఖచిత సంధి కుడ్య వాతాయన వితర్ది ప్రదేశంబును, బ్రద్యుమ్న సాంబ సంకర్షణ సుధేష్టాది కుమార విహార సౌధ యూధాభిరామంబును, సకల సౌభాగ్య లక్ష్మీ నివాసంబును నగు గోపికావల్లభు మందిరంబునందు శృంగారంబునకు సారంబును, విలాసంబునకు వాసంబును, భోగంబునకు యోగంబును, భాగ్యంబునకు యోగ్యంబును స్తోత్రంబునకుఁ బాత్రంబునై, సహస్ర భాను భాసమానంబగు ననిరుద్ధ కేళీ సౌధంబులోపలం బ్రవేశించి యందు, 41

క. అల రుక్మలోచనా కుచ
కలశ యుగాన్విత నిరూఢ గాఢాశ్లేషో
జ్జ్వల [1]పులకాంకుర తానవ
సలలిత సురత ప్రసంగ జనిత శ్రముఁడై, 42

సీ. బంగారు దివియ కంబములపై నిరు వంక
దీపికా కాంతులు తేజరిల్లు
నమల మాణిక్య పర్యంక భాగంబునఁ,
బరువంపు జాజిపూఁ బాన్పుమీఁద,
నొక కేలు తలక్రింద నునిచి రెండవ కరం
బూరువుపైఁ జాచి యొత్తిగిల్లి,
పరువుపై ముత్యాల సరులు కుప్పవడంగఁ
దెలిదమ్మి తళుకు కన్నులు మొగిడ్చి,

తే. పూఁత నెత్తావి గమ్మనఁ బొలయుచుండ,
నూర్పు లొక్కింత ముదురులై యుప్పతిల్ల,
నిదుర పరవశమున నున్న యదుకుమారుఁ
గాంచెఁ, దన గొప్ప కన్నుల కఱవుఁ దీఱ. 43

ఉ. మీసము తీరుఁ జూచి, జిగి మేని పటుత్వముఁ జూచి, మోములో
హాసముఁ జూచి, చేతుల యొయారముఁ జూచి, మనోజ్ఞ రూప రే
ఖాసమ లీలఁ జూచి, యహహా! యనుచుం దలయూచి, ముందు తా
వ్రాసిన భావ మెంచి, తల వంచుకొనెన్, జలజాక్షి సిగ్గునన్. 44

వ. త దనంతరంబ, 45

సమ్మోహన విద్యా ప్రభావముచేఁ జిత్రరేఖ యనిరుద్ధు నపహరించుట

మ. తన సమ్మోహన విద్యచే జనుల నిద్రా మగ్నులం జేసి, య
య్యనిరుద్ధుం గొని, ఖేచరత్వమున నుద్య ద్వేగయై యేఁగి, బా
ణ నిలింపాహిత రాజధాని యగు శోణాఖ్యం బ్రవేశించి, య
వ్వనజాతాక్షి యుషా లతాంగి సుషమావ త్సౌధముం జేరఁగన్ 46

1. పులకాంకిత తానవ (మూ)

వ. వచ్చుచున్న సమయంబున, 47

ఉ. ఎప్పుడు వచ్చునో కువలయేక్షణ యాతనిఁ దోడుకొంచు? నే
నెప్పుడు చూతునో సదమలేందు నిభంబగు వాని మోము? నా
కెప్పుడు గల్గునో యతని నింపుగఁ గూడెడి భాగ్య మంచు, నా
కప్పురగంధి తాపమునఁ గంటికి నిద్దుర లేక వేఁగుచున్. 48

ఉ. నా వెతఁ జూడలేక, కరుణాపరురాలగు చిత్రరేఖ, తా
నా విభుఁ దెత్తు నంచు నకటా పరభూమికి సాహసంబునన్
బోవుచునుండె నాకొఱకుఁ బోయిన కార్యము నిర్వహింపరో
దేవతలార! నాదిగులు తీఱఁగ మీకు నమస్కరించెదన్. 49

వ. అని తలంచుచు, 50

తే. తరుణి యిబ్భంగిఁ గుసుమ కోదండ చండ
కాండ నిర్భిన్న హృదయయై కరఁగుచున్న
యవసరంబున రతిమనోహర కుమారుఁ
దెచ్చి పానుపుపై నుంచె మచ్చెకంటి. 51

వ. అప్పుడు. 52

చ. హృదయము ఝల్లు ఝల్లుమన నెంతయు విస్మయమంది చూచి, పెం
పొదవిన భ్రాంతిచేత, నిదియుం గల గాదు గదా యటంచు నె
మ్మదిఁ దలపోయుఁ, గ్రూరుఁడగు మారుఁడు చేసిన యింద్రజాలమో
యిది యని యంచుఁ బర్వరజనీంద్రు కళానన మోహితాత్మయై. 53

వ. అంత, 54

క. తెలివొంది చిత్రరేఖా
కలవాణిం గౌఁగిలించి కన్నుల హర్షా
శ్రులు జడి గురియగఁ దనువునఁ
బులకాంకురముల్ జనింపఁ బొంగుచుఁ బలికెన్ : 55

ఉ. ఈ సుకుమారమూర్తి నిపు డీడకుఁ దెచ్చితి, ప్రాణదానముం
జేసితి, నీకు మే ల్మరలఁజేయఁగనేర, నమస్కరించదన్;

నీ సుగుణంబు, నీ నెనరు, నీ యుపకారము, ముజ్జగంబులన్
వాసికి నెక్కి నీ కథలు వర్ణిత మయ్యెడుఁ గాక కోమలీ! 56

క. అని పలుకుచున్న బాలిక
వినయోక్తుల గారవించి, వేడుకతోడం
జనియె నిజ మందిరమునకు,
వనజానన యుం డె నిచట వాంఛలుమీఱన్. 57

ఉ. లేచుట యెప్పుడో, నిదుర లేచిన పిమ్మట నన్నుఁ గన్నులన్
జూచి మనోరాగమున సొక్కి కవుంగిట గారవింపఁగాఁ
జూచునో? లేక నా మమత సుద్ది యెఱుంగమిఁజేసి వింతయై
తోఁచుచు నుండునో? యితనితో నపు డేమని పల్కుదాననో! 58

మ. అని చింతింపఁగ నిద్ర మేల్కని యతం డాకర్ణవిశ్రాంత మో
హన నేత్రాంబుజముల్ కనీనికలు చాయల్ దీరఁగా విచ్చి చూ
చిన యా చూపు మనంబునం దగిలెఁ గించిన్మధ్యకున్ భావభూ
ధను రుద్యత్కటకా ముఖాంక కర సంధాన ప్రయోగాస్త్రమై. 59

ఉ. నాథు సుదర్శనంబువలనన్ మదన గ్రహ మోక్షమయ్యె బిం
బాధరకున్, సుదర్శన మహా మహిమం బిటువంటిదే కదా!
యీ ధరఁ ద త్ప్రయోగమున నెట్లు గ్రహంబులు నిల్వనేర్చుఁ ద
త్సాధకులైన మాంత్రికులు సార మెఱుంగుదు రప్పు డిప్పుడున్. 60

ఉషనుగాంచి యనిరుద్ధుఁ డనురక్తుఁడగుట

తే. ఇ వ్విధంబున మేల్కాంచి, య వ్విభుండు
ద్వారకాపుర కనక సౌధ ప్రదేశ
చారుతర రత్న పర్యంక శాయిగాఁగఁ
దనుఁ దలంచుచు లేచి కన్గొనెడు నపుడు, 61

సీ. కాఁకలుదేరు బంగారు సలాక యనంగఁ,
గసటు వాసిన చంద్రకళ యనంగ,
నదను పుల్కడిగినయట్టి ముత్య మనంగ,
సాన పట్టిన కాము శర మనంగ,

మెలపులో నిల్చిన మెఱపుతీఁగె యనంగ,
నవకంబు పోని క్రొన్నన యనంగ,
జీవ కళల్ గల చిత్రరూప మనంగఁ,
బరువంబు తప్పని విరి యనంగఁ,

తే. గరఁగుననుఁ బోసి మోహనాకార రేఖ
యొసఁగఁ దీర్చిన శృంగార రస మనంగఁ
దన సమీపంబునం దున్న తరుణిఁ జూచి
మన్మథ కుమారుఁ డాశ్చర్యమగ్నుఁ డగుచు 62

క. మొదలను నే వసియించిన
యది ద్వారకలోని వజ్ర హర్మ్యము గాదా?
యిది యేమి వింత! యిపు డిది
సదమల మాణిక్య ఖచిత సౌధం బయ్యెన్. 63

వ. అని విచారించుచు నవ్వరారోహ నాలోకించి, 64

సీ. పొలఁతి మోమునకు సంపూర్ణేందు బింబంబు
వెలయ నివాళిఁ గావింపవచ్చు,
శంపాంగి మేనికిఁ జాంపేయ పుష్పముల్
వరుసతో బడిసిపైవంగ వచ్చు,
జలజాక్షి కురులకు జాతి నీలంబుల
నొగి దృష్టిపేరుగా నునుపవచ్చుఁ,
గలకంఠ కంఠి వీనులకు శ్రీకారముల్
రక్షయంత్రములుగా వ్రాయవచ్చు.

తే. నౌర! యీ రూపవతికి రంభాది వేల్పు
చెలుల నుడిగంపు బుడుతలఁ జేయవచ్చు
ననిన, దోషంబు గలుగ దీ యర్థమందుఁ
జూడ మెన్నఁడు నిటువంటి [1]సుందరంబు, 65

తే. అని విచారించునెడఁ గించి దవనతాన్య
పద్మ యై, తనకై ప్రేమ బయలుపఱచు

1. సుందరతను(ఆకా)

కలికి నిడు వాలు తళుకుఁ గన్నులను బెళుకు
చూపులను, జూచుచున్న యా సుదతి కనియె, 66

ఉ. ఎవ్వరిదానవే కువలయేక్షణ? యెయ్యది నీదు పేరు? నీ
వెవ్వని మేలుదాన? విపు డేమికతంబున న న్నుఁ దెచ్చితీ
ని వ్వర సౌధ దేశమున? కింతయు దాఁచక తెల్పు నావుడున్,
నవ్వును సిగ్గుఁ గూడి వదనంబున దాఁగిలిమూఁత లాడగన్, 67

తే. తళుకు వజ్రంపు రవల యందంబుఁ గులుకు
పలు కుదురు తేట, ముకుర బింబములవంటి
చెక్కుఁగన నిండి కెంపుల చెక్కడంపుఁ
గమ్మలనుఁ గ్రమ్మ బలికె నా కలికి యపుడు. 68

మ. ఇది బాణాసురు వీడు, శోణపుర, మా యింద్రారి మా తండ్రి, పెం
పొదవె న్నాకు నుషాభిధాన, మొగినీ యొయ్యారపున్ రూపు స్వ
ప్నదశం గాంచినదాననై విరహ సంతాపంబునుం జెంద, స
మ్మద లీలన్ నినుఁ దెచ్చెఁ బ్రాణసఖి శుంభ ద్యోగ విద్యోన్నతిన్. 69

ఉ. కన్నియ గాని యన్యసతిఁ గాను, శరీరము నీదు సొమ్ముగా
మన్ననచేసి యేలుకొనుమా! వినుమా యనుమాన బుద్ధివై
న న్నలయించెదేని రమణా! యిఁక నేమనుదాన నిన్ను, నా
కన్నులఁ జూడఁగల్గెఁ గద! కాఁగలయట్లగు దైవ యోగముల్. 70

వ. అని పలికి, య క్కాంత చింతా సముద్రాంత ర్మగ్నాంత రంగయై తల
వంచుకొని యూరకుండె నప్పుడు. 71

సీ. తొలుత నాతని రూపుఁ గలఁగన్న యాదిగా
మగువకు దినములే యుగము లయ్యెఁ,
బటము పై నతని రూపముఁ జూచినది మొదల్
మగువకు జాములే యుగము లయ్యె,
సఖి వానిఁ దోడితేఁ జనినయంతటనుండి
యువిదకు గడియలే యుగము లయ్యెఁ
దరువాత నతఁడు నిద్దుర లేచునంతకు
యువతికి నిమిషముల్ యుగములయ్యె

తే. నతఁడు గాఁగిఁటఁ గదియించు నంతలోన
నుత్పలదళాయతాక్షి కొక్కొక్క క్షణమె
యుగ సహస్రంబులై తోఁచుచుండె నపుడు
వనిత తమకంబుఁ దెలుప నెవ్వరి వశంబు? 72

చ. పలుకులలోని ప్రార్థనయు, భావములోఁ గల తెంపు, మోములో
వెలవెల, చూపులోఁ బొడము విన్నన, యూర్పులలో వణంకు, ని
మ్ములఁ బొడగాంచి, యమ్మదన మోహనుఁ డెంతయు సంతసించెఁ దా,
వలపుల మర్మముల్ దెలియవచ్చుఁగదా ఘనులైన వారికిన్. 73

వ. అప్పుడు, 74

ఉషానిరుద్ధులు సమ్మదాంబుధి నోలలాడుట

సీ. అకలంక చంద్ర బింబానన యూరు దే
 శంబుల వెంట సంచరణచేసి,
కోమలాంగి నితంబ భూమండలమునకు
 గ్రమముతోడఁ బ్రదక్షిణము లొనర్చి,
మృగనేత్ర గంభీరమగు నాభి సరసిలో
 నవగాహన క్రీడ లాచరించి,
గంధసింధురయాన కఠిన కుచోత్తుంగ
 శైలాగ్రమునఁ బునశ్చరణ సలిపి,

తే. పడఁతి మందస్మిత సుధానుభవత, ననిమి
షత్వమును గాంచెఁ గాని, పాంచశరి చూపు
లపునరావృత్తి మోక్షంబు నందవయ్యెఁ,
గాముకుల పుణ్యములు భోగ కారణములు. 75

సీ. తనువుల దిగుపాఱు కనుదోయి బెళుఁకు ము
 త్యాల రాసులు తలఁబ్రాలు చేసి,
తూరు దండెములాడు తొడవుల రుచి దీప
 కళికలు మంగళా ర్తులుగఁ జేసి,
యలఁత జిప్పిలు ఫాలముల ఘర్మ జలము ము
 గ్గల గుంపు తగు బాసికములు చేసి,

పొదిని మేనులఁ దోచు పులకాంకురంబుల
[1]తుకుము జాజాల పాలికలు చేసి,

తే. సంప్రకాశించు విరహాగ్ని సాక్షి గాఁగ
బాణకన్యానిరుద్ధుల పరిణయంబు
నర్థిఁగావించె, మకర మీనాధిపతుల
యదనుఁ దెలిసిన ననవింటి యాజ్ఞికుండు. 76

క. లలనామణి కప్పుడు గు
బ్బల పొంగు బిగిసి అవిక ఫక్కునఁ బగిలెన్
చిలుక రహదారు రాహుతు
తలిరాకు ఫిరంగి విసరు తాఁకె ననంగన్. 77

మ. రమణిన్ గొబ్బునఁ గౌగిలించి పయికిన్ రాఁదీయుచో గల్లనం
గమనీయాంగద హేమ కాచ రశనా ఘంటా రవంబుల్ నిషే
క ముహూ ర్తం బిదియంచుఁదెల్పుచు మహా కందర్ప మౌహూ ర్తికా
సమ హస్తాయస దండభి ద్భవ ఘణాంచల్లోహ యంత్రాకృతిన్. 78

ఉ. కాంచనగాత్రి ముద్దువగఁ గాంచి, కవుంగిట గుబ్బ లంటఁ గీ
లించి, సుధాధరం బుఁ గబళించి, హసించి, కపోల పాళిఁ జుం
బించి, చమత్కరించి, వలపించి, కళ ల్గరఁగించి, మించి సొ
క్కించి, కడున్ సుఖించి, కిలికించిత కేళి రమించె వేడుకన్. 79

సీ. సురుచి రాంబర బంధ వరణంబు భేదించి
వ్రీడా బలంబుల విఱుగఁదోలి,
ఘన కుచ శై ల దుర్గములు లగ్గలుపట్టి
జఘన వసుంధరా చక్ర మాఁగి,
యూరూరు సంయు క్త తోరణంబులు గట్టి
చతురుఁడై మధ్యదేశంబుఁ బొదివి,
యంగాంగములు భుజాహంకృతి లోఁగొని
యౌవన భండార మాక్రమించి,

1. తుకుమ్మునవధాన్యములు యొక్క, జాజాల పాలికల్పుపాలికలయందుఁబోసిన నారులు

తే. సురత సంగతి జయలక్ష్మి సొరిదిఁ గాంచి,
తరుణి కౌఁగిలి నిజ రాజధాని గాఁగ,
నెలమి మన్మథసామ్రాజ్య మేలుచుండె,
సిద్ధ సంకల్పుఁ డయ్యనిరుద్ధ విభుఁడు. 80

ఉ. చంచలలోచనన్ సురత సౌఖ్యమునన్ గరఁగించె నంచు వ
ర్ణించఁగ నేటికిన్ [1]వలపనే యురులొడ్డి జగంబువారి మొ
గ్గించెడివాని పెద్దకొడుకే యఁట! రూప విలాస వైఖరిన్
మించిన యింతికిన్ వలవనేరఁడొ? తా వలపింప నేరఁడో? 81

సీ. జలచర నేత్ర కన్నుల వెరపింపుకే
యెత్తిన బిరుదాంక మేటఁ గలిపి
కార్ముక భ్రూ యుగ కనుబొమ్మ వంపుకే
పట్టిన విల్లు నిష్ఫలముచేసి,
లలిత శుకాలాప పలుకు జంకెనలకే
మావుల నందంద పోవఁద్రోలి,
చెలఁగు పల్లవపాణి చే గద్దికలకె కృ,
పాణంబు లడవుల పాలుచేసి,

తే. ప్రియుని సాహాయ్యమున విజృంభించుచున్న
వెలఁదితో [2]విగ్రహింప, నవేళ యనుచు,
సమర రంగ ప్రచారంబు సన్న్యసించి
యంగజుఁడు, కార్య మెఱిఁగి సమాశ్రయించె. 82

చ. వలచిన పొందులై, మనసు వచ్చిన చక్కఁదనంబులై, భ్రమల్
గొలిపెడి యౌవనంబులయి, కూరుములం దినక్రొత్తలై కళల్,
దెలిపిన నేర్పులై, కొదవ లేక రమింపఁగఁ గల్గినట్టి యా
చెలువుఁడు నింతియుం దొలుతఁ జేసిన పుణ్యఫలంబు లెట్టివో. 83

---

1. వలపుఁ బేరురులొడ్డి
2. నిగ్రహింప (ము)

ప్రభాత వర్ణనము

ఆ.వె. అంత నా నవోఢ యానందమునఁ దను
సురతమున జయింపఁ బరిభవంబు
నొందియున్నయట్టి కందర్పు వదనంబు
తెల్లవారినట్లు తెల్లవాఱె. 84

ఉ. చింతఅవందఱై యసురసేనలు డెందమునన్ భయాకులం
బంది పతంగపుంగవ శతాంగ రథాంగ మహోగ్ర ధాటి నం
దంద యడంగినట్టు లుదయార్కుని రాక నడంగెఁ జీఁకటుల్
గొందుల సందులన్ గుహల గుట్టలఁ బుట్టల చాటు మాటులన్. 85

శా. ప్రాతఃకాల మహా బలాఢ్యుఁడు, నిశా ప్రత్యర్థి వీరుం, బరా
భూతుం జేసి, సమ స్త దిగ్విజయుఁడై, పూర్ణీభవత్ప్రాభవ
ఖ్యాతిం గై కొని యున్నవేళ, జయ తూర్యంబుల్ చెలంగించి న
ట్లా తర్వాతఁ జెలంగెఁ, గుక్కుట సముద్య త్కంఠ నాదార్భటుల్, 86

వ. మఱియు, నా సమయంబునం, బ్రణయకలహ వ్యాపారంబులం పరాఙ్ముఖులై, మౌన ముద్రలు వహించి పరస్పర తను స్పర్శనంబులు గాకయుండ నేకశయ్యం బవళించి యుడియు, మకర ధ్వజుండు మండలీకృత కోదండుండై ప్రయోగించు కుసుమ కాండంబులం బొడము హృదయ వ్యథలం బొరలుచుండియు నాభిమానికంబులం దెచ్చుకోలు ధైర్యంబుల నుండియు, సూచి తాహర్ముఖంబులై న తామ్రచూడ కంఠ నినాదంబులు కర్ణ కఠోరంబులై వినంబడిన నులికిపడి, దిగులొందుచుఁ, జలంబులు విడచి, మనంబులు గరంగి, కుహనా నిద్రావసాన పరివర్తి తాభిముఖ శరీరులై, యొండొరులం గౌఁగిలించుకొని తమకపుఁ గూటములం దమకుఁ బునారతులకు నవకాశంబు లేని ప్రొద్దు విచారించి, యొకరి నొకరు దూఱి పలుకుచు నిట్టూర్పు నిగుడించి దంపతులవలవను నరవింద బృందంబులతోడ వికసితంబులగు హృదయార విందంబులం దమకు నామనియైన నవ్వేళ చుంబన పరిరంభణ నఖ దంతక్షతాది వినోదంబులం బంకజాసనార్థ పంకజాసన రతిబంధ సౌఖ్యంబులం జొక్కు పద్మినీ పాంచాలుర వలనను, శారికా కీర మయూర కలకంఠ కల రవ కపోత కల హంస ప్రముఖంబులై న విహంగము నివహంబుల కలకలంబుల మనోహరంబులై వెలయు లవంగ

క్రముక చాంపేయ పున్నాగ నారికేళ చందన మందార కదంబ ఖర్జూరాది మహీరుహంబులం బ్రశస్తంబులగు నుద్యానవనంబులవలనను, దేవ భూపాల మంది రంబులయందు భగవత్కీర్తనంబులు సేయు వైణవిక మార్దంగికాది గాయక నికరంబుల జంత్ర గాత్రంబుల నుదీర్ణంబులగు భూపాల దేవగాంధారి మలహరి దేశాక్షి వసంత మంగళ కైశిక ప్రముఖ స్త్రీ పురుష రాగ స్వర గ్రామంబుల నభిరామంబులై ధ్రువ రూపకాది తాళంబుల హేరాళంబులగు సంగీత నాదంబుల వలనను, స్నాన సంధ్యావంద నాద్యనుష్ఠానంబుల నిష్ఠా గరిష్ఠులగు బ్రాహ్మణ సమూహ సంకీర్ణంబులయిన జలాశయ స్థానంబుల వలనను, గోపాలకులు నిజ నామాంకంబు లంకించి పిలుచుచుం గ్రేపుల విడుచు సన్నాహంబుల 'నంబా' నినాదంబులు సేయుచు హుంకారంబులతోడ వదనంబు లెత్తి కర్ణంబులు నిక్కించి తమ తమ వత్సంబుల కెదురు సూచు ధేను వితానంబుల వలనను, దీర్ఘికా తరంగ డోలా జాలంబుల నీఁదులాడుచు నినాదంబు లొనరించు మరాళ బలాక చక్రవాక జలకుక్కుటాది. పక్షి కదంబంబులవలనను, వర్ణనీయ వైభవ సమేతంబై ప్రభాతంబు వర్తించె నంత. 87

తే. గగన వీథిని వాహ్యాళిఁ గదలు పద్మ
బాంధవ ప్రభు ముందరఁబట్టు సూర్య
పుటము గొడుగుల పడగల ప్రోవనంగ
నమరెఁ గెంజాయ ప్రథమ దిగంతరమున. 88

మ. తమముం బాయగజేఁసి రాగ గుణముం దప్పించి, సన్మార్గ వ
ర్తి మతం బొప్పఁ దపంబు పెంపునను వర్ధిష్ణుత్వముం గాంచి లో
కములెల్లం గనుఁగొంచు, సజ్జన నమస్కారార్ఘ్య దానంబులం
బ్రమదం బొంది, వెలింగె, యోగి కరణిం బ్రద్యోతనుం డయ్యెడన్. 89

వ. అప్పుడు, 90

శా, గోరుల్నాటిన గుబ్బ చన్నులను, జిక్కుల్ వడ్డ హారావళుల్,
జారం జెమ్మట ముద్దుఁజెక్కులను, డ్రస్తంబైన ధమ్మిల్లమున్,
దీర్ఘై నిద్దురఁ దేరు కన్నులును, నాతిం జూడ నవ్వేళ నొ
య్యారంబుల్ విభు నాత్మఁ గైకొనియె మోహ భ్రాంతి రెట్టింపఁగన్. 91

సీ. అకలంక రాజ బింబాననంబులయందు
నిదుర తమంబులు ముదురుకొనఁగ,
దాంబూల రాగ సుందరమైన మోవుల
మొన పంటి నాటుల ముద్దుఁగులుక,
వీడి చిక్కులువడ్డ వేణీభరంబులు
జాతి నీలంబుల చాయలీన,
ఘర్మ బిందువులచేఁ గరఁగిన మైపూఁత
మృగనాభి వాసనల్ బుగులుకొనఁగ,
తే. నొక రొకరిఁ జూచు నరసిగ్గు టొరచూపుఁ
దగిలియున్నట్టి ప్రేమ బంధముల ముళ్లు
బిగువు గొలుపంగఁ, బ్రేయసీ ప్రియులు కేళి
శయ్యపై డిగ్గి సమ్మద స్వాంతులగుచు, 92

క. కాలోచిత కృత్యంబులు
లీలం గావించి, సరస లేపన సుమనో
మాలాంబర భూషణ జా
లాలంకృత గాత్రు లగుచు నతిమోదమునన్. 93

వ. ఇవ్విధంబున న వ్వధూవరులు ప్రాణంబులకంటె నతిశయంబగు విశ్వాసంబు గలుగు చిత్రరేఖా ముఖ కతిపయ పరిచారికా సహాయులై యితర జనంబుల కెవ్వరికిం జేరరాని రహస్య మంది రంబున నిగూఢ ప్రవ ర్తనంబుల నిచ్ఛానుగుణంబులైన సరస సల్లాపంబులం జెలంగుచు శృంగార వనవాటికల మెలంగుచు, సరసాహార దుకూల చందన కుసుమాది భోగంబులం బ్రమోదించుచుఁ, గంజ కైరవ కల్హార కమనీయ కమలాకరంబులం జల క్రీడా వివరంబుల వినోదించుచు, గ్రామ్య వేణుదారిత ఖల్లరీ ముఖేంద్రాణి జృంభితాది కరణంబుల స్త్రీపురుష రూపంబులఁ జిత్రించిన కేళి చిత్రపటంబు లవలోకించుటవలనఁ గూటములకుఁ గ్రొత్తఱికంబు సంపాదించుచు, ముచ్చటలం గలియుచు, సురత జనిత శ్రమంబుల సొలయుచు, నిది రాత్రి యిది దివంబని తెలియ నీయని మోహాతిశయంబుల దేహంబులు జీవంబులు నొక్కటిగాఁ దలంచుచు, దినంబులు క్షణంబులగతిఁ గ్రమించుచు నవాజ్మనో

గోచరగంభీర యానంద పారావారంబునం దేలుచుండి మఱియొక్క
నాఁడు, 94

సీ. అలఁతఁ బాపెడు నవ్వు టమృతంపుఁదేటల
చిలుకరింపుల ప్రేమ తొలకరింప,
వీనుల నర సోఁకు వీడ్యంపుఁ దావుల
పలుకరింపుల మేను పులకరింప,
సురతంపు టిరువుల సొంపు నింపు పిఱుందు
చెంగలింపుల మేను తొంగలింప,
విడిచియు విడఁజాల కెడతాఁకు సిగ్గు మో
మోరసింపుల యింపు తారసింపఁ,

తే. గలికి తేలింపుఁజూపులఁ గరఁగి కరఁగి,
సొలపు నెయ్యంపుఁ జిన్నెలఁ జొక్కి చొక్కి,
యివ్విధంబున నాయకుఁ డిందువదన
యుపరిసురత సుఖాంభోది నోలలాడె. 95

సీ. కెమ్మోవి రుచులాన నిమ్మని విభు వేఁడు
కొనినఁ గొమ్మని యాసకొలిపి, యాస
వచ్చిన, నీయక, వదన మిట్టటుఁ ద్రిప్పి
యలయింపగాఁ గోప మగ్గలించి,
కరములఁజెక్కిలి గవ యొ త్తిపట్టి పం
టను మోవిఁగొని చుఱుక్కనఁగ నొక్కి,
యిటువలెఁ జేయకు మెన్నటి కిఁక నని
దట్టించి చెక్కిలిఁ గొట్టునపుడు

తే. కంకణంబుల రావంబు గల్లుమనియెఁ
జేతి యురవడి తాఁకునఁ జెళ్లుమనియె
వల్లభుని మేనఁ బులకలు జల్లుమనియెఁ
గుసుమశరు మూఁక నవ్వులు గొల్లుమనియె. 96

మ. సిచయాభావ నట న్నితంబ తట యోషిద్రత్న కించిచ్చల
త్కుచ పాటీర రసా త్త ఘర్మజల బిందుస్వచ్ఛ ముక్తామణి

ప్రచయాంచ త్పతనాభిరామ సుమహా బాహాంతరుండై సుఖిం
పుచు, మెచ్చెన్ రతిరాజనందనుఁడు తత్సంభావ సంభోగముల్. 97

సీ. విల్లెక్కుడించక వేసిన మదనుండు
పలుమాఱు కుంటెన పనులు నడుప,
సెగలచే స్రుక్కఁజేసిన మందపవనుండు
చెలిమితో నెమ్మేని చెమటలార్ప,
నుదుటు వెన్నెలకాఁక నుడుకఁజేసిన చంద్రుఁ
డమరి శైత్యోపచారములు సేయఁ,
జెవులు గాసిల రొద ల్చేసిన చిలుకలు
ముద్దుమాటలు పల్కి ప్రొద్దుఁగడప,

తే. శుకకలాలాప ప్రాణనాయకుని గూడి
నిండు వేడుక విహరించుచుండె నపుడు,
మేలు గలిగి సుఖించెడి వేళయందు
భువినిఁ బగవారలైన బంధువులు కారె? 98

ఉష గర్భధారణము

క. ఎక్కువలగు మక్కువలను
జక్కవలనుఁ బోలి యిట్లు సరసత నెలనా
ళ్లి క్కువలఁ గలిసియుండఁగ
నక్కువలయనేత్ర గర్భ మయ్యెడఁ దాల్చెన్. 99

తే. చక్ర భావనచేఁ గాంచు శక్తిఁ దనకుఁ
బ్రాపుఁ గలుఁగుటనో లేమి బాపుకొనియె
వెలఁది నడు మంతమాత్రనే విఱ్ఱవీఁగె
నహహ! నడుమంతరపుఁ గల్మి కది నిజంబు. 100

మ. అసమాస్త్రుండను గారడీఁ, డతివ గర్భాయాస నిశ్శ్వాస మం
త్ర సముచ్చారణ సేయ, నాభి వివరాంత స్సీమయందుండి సా
హస భావంబున నిర్గమించి సఫణంబై యాడు నీలాహి రీ
తి, సరోజానన రోమరాజి చెలువొందెం జూడు, వి స్తీర్ణమై. 101

ఉ. మెల్లని కౌఁగిలింపులును, మెత్తని మాటలు, లేఁత ముద్దులుం
జల్లని చూపులుం, గులుకుఁ జల్లెడు నవ్వులు, నేర్పు [1]కల్గియున్
జెల్లని హావికల్, తరువు సేయని కూటము లయ్యె భావముల్
వల్లభు నందు, వేఁకటి యలంత నెలంతకు నాఁటి నాఁటికిన్. 102

సీ. ఉరువులై కొనల నల్పొప్పు చన్నులు కర
గ్రహణత కొక వింత కాంక్ష సేయఁ
దెలి దమ్మి చాయలుదేరు చెక్కులు ముద్దుఁ
గొనుటకు నొక వింత కోర్కె వొడము,
నలుపు సొల్పులఁబల్కు పలుకులు వీనుల
వినుటకు నొక వింత వేడ్క యొదవఁ
గమ్మని వాసనల్ గ్రమ్ము వాతెర తేనె
లానుట కొక వింత యాసఁగొలుప

తే. మె త్తనై మెఱుఁగెక్కిన మేను, కౌఁగి
లింత కొక వింత ముచ్చట సంతరింప,
గర్భిణీ రత జనిత సౌఖ్యమునఁ జొక్కు
చుండె. నవ్వేళ యదువంశమండనుండు. 103

వ. అంత. 104

అంతఃపుర ద్రోహిని బంధింప బాణుని యాదేశము

ఉ. మందిర పాలికాజనులు మానినిఁ గన్గొని గర్భభార మే
చందమునన్ ఘటించెనని సంశయమున్ భయమున్ విచారమున్
డెందమునన్ జనింపఁగ వడిం బఱతెంచి రహస్యరీతి సం
క్రందనవైరి తోడ వివరంబున నిట్లని పల్కి ర త్తఱిన్ : 105

చ. చెలఁగి భవ త్తనూభవ వసించు గృహాంతము, పోతుటీఁగయున్
బొలయక యుండఁగాచుకొని, పూనిక నుండగ, నేమి మాయయో
తెలియఁగఁజాల మ మ్మదవతీమణి గర్భ భరంబుఁ దాల్చె ని
న్నొళవు గృహంబులోపలను, నిక్కముగా వివరింపగాఁ దగున్. 106

1. కల్మియున్ (ము)

వ. అని విన్నవించిన, 107

ఉ. ఖేదము క్రోధము న్మదినిఁ గీల్కొన, బాహు బలాఢ్యులైన క్ర
వ్యాదులఁ గొందఱంగని, యుషాంగన కేళి శిరో గృహాంతరం
బాదిగ నంతటం గలయ నారసి, యిక్కొఱగామి దుర్మదో
న్మాదతఁ జేసినట్టి ఖలు, నా కడకుం గొనిరండు తీవ్రతన్. 108

క. అని పలికిన [1]రోషానల
జనిత స్ఫుట విస్ఫులింగచయ భాతిని లో
చన ర క్తదీ ప్తు లడరఁగ
దనుజులు వడి నేఁగుఁదెంచి తత్సౌధమునన్. 109

మ. అమలేందూపల వేదికా స్థలమునం దాసీనుఁడై య య్యుషా
రమణీరత్నముతోడ నక్ష నిపుణారంభంబునన్ ద్యూత సం
భ్రమ కేళీ రతి నున్న పంచశర సామ్రాజ్యాధి పత్య ప్రసి
ద్ధ మనోజ్ఞ ప్రతిభా సమృద్ధు ననిరుద్ధుంగాంచి క్రోధాత్ములై. 110

అనిరుద్ధుఁ డుక్కు రక్కసుల నుక్కడంచుట

మ. భయ దాహంకృతిఁ జక్ర ముద్గర గదా ప్రాసాది హేతి చ్ఛటో
దయరుగ్జాల ధగద్ధగల్ నిగుడ, నా దై త్యుల్ విజృంభింప, ని
ర్భయుఁడై యాగ్రహవృత్తి నుగ్ర పరిఘ ప్రాంచ ద్భుజా దండుఁడై
లయ కాలాంతకు భంగి వారలపయిన్ లంఘించి ధట్టించుచున్. 111

చ. తలలు పగిల్చి, కంఠము లుదగ్రతఁ ద్రుంచి, భుజ ప్రదేశముల్
నలినలిగాఁగ మోది నిటలంబులు వ్రక్కలుసేసి, దంతముల్
డులిచి, యురస్థ్సలుల్ చదిపి, డొక్కలు చించి, భయంకరాకృతిన్
సలిపె రణంబు, రక్కసులు చచ్చియు నొచ్చియు విచ్చిపాఱఁగన్. 112

క. హత శేషులు భయ విహ్వల
మతులై యేతెంచి కదన మార్గముఁదెలుపన్,
వితతంబుగ నాజ్యాహుతి
నతిశయ జాజ్వల్యమానమగు వహ్ని క్రియన్. 113

---

1. రోషానిల (ము)

బాణాసురునకు అనిరుద్ధుఁడు పట్టువడుట

వ. బాణుం డక్షుద్ర రౌద్ర ముద్రా సమున్నిద్ర నేత్రకోణుండును, నాహవాటోప ధురీణుండునునై, కదిసె;నయ్యనిరుద్ధుండును సమర సన్నద్ధుండును, భుజావష్టంభ సమృద్ధుండునునై యతని తోడం దలపడియె. అట్లయ్యిరువురును గంఠీరవంబుల చందంబున బెబ్బులుల తెఱంగున, మత్తమాతంగంబుల కైవడి, శర భంబుల విధంబున, గండభేరుండంబుల చాడ్పున, రోషా వేశంబులు రెట్టింప, జయ కాంక్షలు ముప్పిరిగొన, తర్జన భర్జనంబుల గర్జిల్లుచు, నన్యోన్య ముష్టి ఘాతంబులను, బరస్పరపాదపార్శ్వ ప్రహారంబులను, నితరేతర మర్మ భేదంబులను బాహాబాహియుఁగేశాకేశియుంగాఁ బెనంగ, న య్యిరువురకున్ రణంబు దారుణంబై చెల్లుచుండె నప్పు డా బుశ్యకేతు నుద్దేశించి యశరీరవాణి యిట్లనియె: 114

క. యదువంశతిలక! వీనికి
నిది జయకాలంబు పెనఁగ నేటికి?హరిచే
నొదవు నపజయము వీనికిఁ
గదియు శుభము నీకు నచిర కాలమునందున్. 115

తే. అనియె న మ్మాట వీనులయందుఁ దగిలి
రిపు మహీరుహ విదళ నోద్వృత్తిఁ గెరలు
యదుకులాగ్రణి యాగ్ర హోదగ్ర కరిని
నిష్ఠు రాంకుశ [1]ఘాతమై నిలువరించె. 116

వ. అప్పుడు, 117

ఉ. బాహు బలోద్ధతిం, బ్రళయ భైరవు భంగిఁ బరాక్రమించి, య
వ్యాహత లీల, వాని బెగడందగఁ జేసియుఁ గార్య మెంచి దే
వాహితుచేతఁ బట్టువడె, నా హనుమంతుఁడు శక్రజిత్తుచే
నాహవ భూమిఁ బట్టువడినట్లు, ప్రశాంత నిజోగ్ర కోపుఁడై. 118

క. వనితా సంపర్కంబున
ననిరుద్ధుని రుద్ధుఁ జేసె నరి వర్గంబున్;

---

1. భూతమై (ము)

వనితా సంపర్కంబున
ననిరుద్ధని రుద్ధుఁ జేయు నరి వర్గంబున్, 119

వ. ఇవ్విధంబున, 120

ఉషాకాంత దురంత సంతాపము

తే. పట్టుకొని యాఁపుసేయించె బాణుఁ డతని
నపుడు తద్భంగ జనిత ఖేదాంధకార
భిన్న హృదయారవిందయై కేవలంబు
న య్యుషాంగన సంతాప మందుచుండె. 121

సీ. వేకువఁ గాంతిఁ దప్పిన చంద్రబింబంబు
విధమున నెమ్మోము వెల్లఁబోయెఁ,
బగలింటి సెగలచే సొగటొందు పూఁదీగె
వడువున నెమ్మేను వాడుదేరె,
మునిమాపు జిగి దొలంగిన తమ్మి రేకుల
రీతిఁ గన్నుల దైన్యరేఖ తోచెఁ,
దగు రేయి హిమ మంటు తాంబూల దళముల
చెలువునఁ జెక్కిళ్లు చెమటఁ దోగెఁ,

తే. జిన్నవోవుచుఁ జెక్కిటఁ జేయిచేర్చి,
యాటపాటలపై వేడ్క లన్ని మఱచి,
విరహ సంతాప వేదనన్ వేగుచుండె,
నేమి చెప్పుదు నయ్యుషా కోమలాంగి. 122

తే. వీడు ముఖకాంతి, పసివాళ్లువాడు మేను,
నెండు కెమ్మోవి, బాష్పముల్ నిండు కన్ను
లా మనోవ్యథఁ గనుగొన్న, రామ! రామ!
జగతిఁ బగవారికైన నను జాలిగాదె. 123

వ. ఇట్లమ్మనోహరాంగి విరహానల సంతప్తమాన హృదయయై యుండె, నంత
నిక్కడ, 124

ద్వారకలో ననిరుద్ధుని యన్వేషణము

మ. అనిరుద్ధుండు పురంబులోపలను లేఁ డాశ్చర్య మేమో కదా?
యనుకొంచున్ వసుదేవ ముఖ్యులు విచారాక్రాంత చేతస్కులై
యనుమానించుచు, భృత్య కోటులను శోధ్యస్థానముల్ చూడఁ బం
చిన, వా రెందును గాన మంచు మరలం జేరంగ నిర్యత్నులై. 125

ఉ. తల్లియుఁ దండ్రియున్ బహు విధంబుల ఖేదము నొందుచుండఁగాఁ,
బల్లవ కోమలాంగి యగు భార్య వియోగముచేఁ గృశింపఁగాఁ,
నెల్ల ప్రజల్ తదీయ వ్యధ లెంచి విచారము నొంద, గోపికా
వల్లభుఁ డంతయున్ హృదయ వారిజమందు నెఱింగియుండియున్. 126

క. కానున్న కార్య మయ్యెడు
నే నిప్పుడు వీరితోడ నిజమునుఁ దెలుపం
గానేల? యనుచు మాయా
మానుషవేషుండు కార్యమతిచే నుండెన్, 127

వ. అని శుకుండు పలికెననిన, నటమీదటి కథా వృత్తాంతం బెఱిగింపు
మనుటయు, 128

ఆశ్వాసాంత పద్యగద్యములు

ఉ. అండభవ ప్రకాండ గమనాదర! పండిత పుండరీక మా
ర్తాండ! దిశేభ తుండ భుజదండ! ధృతాంబుజజాండ భాండ! రు
జ్మండలమూర్తి! కుండలిప మండన! చండతరై క కాండ! మా
ర్కొండ రమేశ! రత్నమయ కుండల మండిత గండ మండలా! 129

క. శ్రిత రాజహంస యోగా
యత దివ్య విలోక నాక్ష యాగమ హితగా!
శ్రిత రాజహంసయో గా
యత దివ్య విలోక నాక్ష యాగమ హితగా! 130

పంచచామరము

ప్రతాపవ ద్రిపు ద్రుమ ప్రభంజన ప్రభంజనా!
క్రతుక్రియా చరిష్ఠ మౌని రంజనా! నిరంజనా!
యతి స్థిర త్రిలోక భోగదాకరా! గదాకరా!
ప్రతిష్ఠితాంబుధి భ్రమ ద్ధరాధరా ధరాధరా! 131

గద్యము

ఇది శ్రీ మంగళాచల నృసింహ కృపాప్రసాద సంప్రాప్త
విద్యావై భవ కనుపర్తి రాయనమంత్రి తనూభవ
సుజనహిత కృత్య నిత్య యబ్బయామాత్య
ప్రణీతంబైన యనిరుద్ధ చరిత్రంబను
మహాప్రబంధంబునందుఁ దృతీయాశ్వాసము.

శ్రీ

అనిరుద్ధ చరిత్రము

చతుర్థాశ్వాసము

(ద్వారకకు నారదమునీంద్రుని యాగమనము - నారదుఁడు శ్రీ కృష్ణునకు అనిరుద్ధుని వృత్తాంతమును నివేదించుట-శోణపురిపై శ్రీకృష్ణుని సమరయాత్ర-సంగర రంగమున బాణునకుఁ బరమ శివుని సాహాయ్యము- హరి హరుల భీకరాహవ కేళి- శ్రీకృష్ణుని సమ్మోహనాస్త్ర ప్రభావము- బాణాసురుని కదన విక్రమము-కోటరీ రాక్షసి వికృత చేష్ట- శాంభవ వైష్ణవ జ్వరముల సంరంభము- శాంభవ జ్వరము కావించిన శ్రీకృష్ణ స్తవము- ఆశ్వాసాంత పద్య గద్యములు.)

శ్రీమ త్పాదాంబుజ జని
తామర కల్లోలినీ పయః పూత నభో
భూమండల పాతాళ మ
హామహిమోదార! మంగళాద్రి విహారా! 1

తే. అవధరింపుము; శౌనకుం డాదియైన
మునివరేణ్యులతోడ నిట్లనియె సూతుఁ,
డా పరీక్షిన్మహారాజు నాదరమునఁ
జూచి విజ్ఞాన నిధియైన శుకుఁడు పలికె: 2

వ. ఇవ్విధంబున మాస చతుష్టయంబు గడచె; నంత నొక్కనాడు, 3

ద్వారకకు నారద మునీంద్రుని యాగమనము

సీ. యాదవ వృష్ణి భోజాంధ కాన్వయ వీర
కోటు లిర్వంకలఁ గొలువుసేయ,

శంబరాహిత సాంబ చారుధేష్ణాది కు
మార వర్గంబు నెమ్మది వసింపఁ,
గవి వంది మాగధ గాయక వ్రాతముల్
వితతవాక్ప్రౌఢి సన్నుతులు నెఱప,
హిత బంధుజన పురోహిత మంత్రి నికరంబు
కాలోచిత ప్రసంగములు నడప,

తే. స్వామి! సాహో! పరాకు! హెచ్చరిక! యనుచు
వేత్రహస్తులు పలుమాఱు విన్నవింప,
మహిత రత్న విభా సభా మండపమున
నెలమిఁ గొలువుండె నపుడు లక్ష్మీశ్వరుండు. 4

సీ. చిఱునవ్వు టమృతంబు చిలుకు చెక్కిళ్లపై
నక్ర కుండల కాంతి యాక్రమింప,
ధవళారవింద సుందరమైన కన్నుల
నుల్లాస రసము రంజిల్లుచుండఁ,
గౌస్తుభ మాణిక్య కలిత వక్షంబున
వైజయంతీ వైభవంబు మెఱయ,
జిగి బిగి సొగసుచేఁ జెలువొందు నెమ్మేనఁ
జర్చిత చందనచ్ఛాయ దనరఁ,

తే. జిత్ర సింహాసనమున నాసీనుఁడై, యు
పాంత పీఠిక నుంచిన యడుగుఁ దమ్మి
నత నృపాల శిఖా మణి ద్యుతుల మెలఁగ,
భువన మోహన శృంగార పూర్ణుఁడగుచు, 5

వ. ఉన్న సమయంబున, 6

సీ. హంసపీఠికయందు ననుఁవొందు వల్లకీ
తంత్రులు వల్లికా తతులు గాఁగ,
సుందర ముఖపద్మ మందస్మిత చ్ఛవి
సొంపారు పువ్వులగుంపు గాఁగ,

రాజిల్లు తులసీ పయోజాక్షమాలికల్
ఫలశ లాటువులతో గెలలు గాఁగ,
హరి నామ సంకీ ర్తనాలాప నినదంబు
శుక శారికా పిక స్ఫూర్తి గాఁగ,

తే. భసిత లిప్తాంగ రుచి సిత ప్రభలు గాఁగ,
గహ్వరీ భాగ విహరణ గతి విలాస
జంగ మాకార కల్పభూజంబు భాతి
నాకమునసుండి విచ్చేసె నారదుండు. 7

చ. నయన యుగంబునందుఁ గరుణారస వృష్టి చెలంగ, భూషణో
దయ రుచి చంచలా లత విధంబునఁ బెంపు రహింప, సాధు సం
చయ ముఖ చాతకంబులకు సౌఖ్య మొసంగ, సభా నభస్థ్సలిన్
నయ గుణశోభియై వెలయు నందతనూభవ నీల మేఘమున్, 8

తే. కాంచి, యానంద హృదయుఁడై, కదియ వచ్చు
సంయమీంద్రునిఁ గని లేచి, సపరివారుఁ
డగుచుఁ బ్రణమిల్లి, కనక సింహాసనస్థుఁ
జేసి, యర్ఘ్యాది విధులఁ బూజించునపుడు. 9

క. 'శ్రీరస్తు! కుశల మస్తు! మ
నోరథ సంసిద్ధి రస్తు! నుత్య శ్రీమ
న్నారాయణ భవతే' యని
సారెకు దీవించి పలికె జలజాక్షునితోన్. 10

క. తలిదండ్రు లన్నదమ్ములు
గులసతులును బు త్త్రి పౌ త్త్రి కోటియు నా ప్తుల్
చెలులుం జుట్టములును భృ
త్యులుఁ బౌరులు సుఖుల రగుచు నున్నారు కదా? 11

వ. అనిన, నమ్ముకుందుండు మందస్మిత ముఖారవిందుం డగుచు శతానంద
నందనున కిట్లనియె; 12

తే. కమలజాత్మజ! మీ యనుగ్రహమువలన
వ ర్తమానమునందు సర్వము శుభంబు,

భావి కాలంబునకును శుభంబు, నిజము,
తావ కాగమనంబు [1]నిదాన మగుట. 13

చ. పరమమునీంద్ర! మీ చరణపద్మ పవిత్ర పరాగ లేశ మె
వ్వరి గృహసీమనుం బొరయు వారి పురాకృత పుణ్య మెట్టిదో?
దురితము లన్నియుం దొలఁగుఁ, దోడనె భాగ్యము లెల్లఁజేకుఱున్,
నిరుపమ మోక్ష లక్ష్మియును నిక్కముగా లభియించు వారికిన్. 14

వ. అని మఱియుఁ దదీయ మహిమానురూపంబు లగు మధురాలా పంబులు
వలుకుచుండి, త దనంతరంబ ప్రసంగవశమున నిట్లనియె: 15

నారదుఁడు శ్రీ కృష్ణునకు అనిరుద్ధుని వృత్తాంతమును నివేదించుట

శా. అయ్యా! మా యనిరుద్ధుఁ డెం దరిగెనో! యాకస్మికంబొటచే
నయ్యై చోటులఁ జూడఁ బంచితిమి, గోరంతైన న వ్వార్తలే
దయ్యెన్, వానిఁ దలంచి మామక జనం బత్యంత చింతామయం
బయ్యెట్లున్నది, సేయఁగావలయు కార్యం బానతీయం దగున్. 16

మ. అనినం గృష్ణుని మోముఁ జూచి దరహాసాంచ న్ముఖాంభోజుఁడై
మునినాథాగ్రణి పల్కె, సర్వమునకున్ మూలంబవై సాక్షివై
పెనుపన్ మన్పఁగఁ గ ర్తవై పరుఁడవై పెంపొందియున్ నీ వెఱుం
గని చందంబున నన్నుఁగార్య మడుగంగా నెంత ధన్యుండనో! 17

వ. నే నెఱింగిన యర్థంబు విన్నవించెద నవధరింపుము: 18

సీ. శోణ పురీశుండు బాణాసురుం డనా
హత శౌర్యశాలి సహస్రబాహుఁ,
డతనికూఁతురు రూప యౌవన భాగ్య ల
క్షణ కళావతి యుషాకన్య యెసఁగు,
నా యింతి కలలోన ననిరుద్ధుఁ బొడగాంచి
మోహించి సంతాపమునఁ గృశింపఁ,
జెలిక త్తియైె తగు చిత్ర రేఖాంగన
యాత్మీయ యోగ విద్యా నిరూఢి

---

1. నిధానము (ము)

తే. నింగి నేతెంచి, శయ్యపై నిదురపోవు
వానిఁ గొనిపోయి, యా చంద్ర వదనఁ గూర్చె,
నతఁడుఁ దత్కాలికించిత రతి సుఖాబ్ధి
మగ్నుఁడై యుండె నితరంబు మఱచి యందు. 19

ఉ. అంతట గర్భమయ్యె జలజాక్షికి నవ్విధ మెల్ల బాణుఁడా
చెంత మెలంగు నంగనలచే విని దైత్యులఁ బంపు పెట్టినన్
బంతముతోడ వారుఁ దనుఁ బట్టఁగ వచ్చిన సింహశాబకం
బెంతయుఁ దీవ్రతన్ మదగజేంద్రములన్ విదలించు క్రైవడిన్. 20

వ. [1]విదలించిన, హతశేషులు పోయి విన్నవించిన నతండు, 21

ఉ. చంపిన, నా గ్రహంబున నిశాచరుఁ డార్చి యెదిర్చి పేర్చినం
దెంపును బెంపునుం గలిగి దీకొని యుద్ధముఁజేసి చేసి ని
ర్జింపఁగ లేక దైవగతిచే ననిరుద్ధుఁడు వానిచేత బం
ధింపఁబడెన్ దశాస్యజ ఫణి ప్రదరావృత రాఘవాకృతిన్. 22

శోణపురిపై శ్రీకృష్ణుని సమరయాత్ర

వ. జంబూద్వీపంబునం గల్గు విశేషంబులను జూచుటచే విశ్వంభరా భాగంబున సంచరించి, శోణనగర ప్రాంత మార్గంబున స్వర్గమునకుఁ బోవుచుండి, యీ యోగ క్షేమంబు వినుటంజేసి తెలియఁబలుకన్వలసె, నిటమీఁదటి కార్యంబు చతుర్థోపాయ సాధ్యంబగుట మీ చిత్తంబునఁ దోచియున్నదే కదా? యథోచిత ప్రయత్నంబు సేయునది, మీకు నభ్యుదయ పరంపరాభివృద్ధి యయ్యెడుఁబోయివచ్చెద నని, గోవిందునిచేత నామంత్రితుండై నారదుండు యథేచ్ఛా విహారంబున నరిగె; నప్పుడు ప్రద్యుమ్న తనూభవ క్షేమ వార్తాకర్ణనంబునం బొడము మోదంబును, దదీయ పరాజయ వృత్తాంత శ్రవణ సంజనితంబగు ఖేదంబునుఁ దత్పరిపంథి సంహరణోద్రేకంబగు రోషంబును ముప్పిరిగొని హృదయంబులం గలయ నల్లి ముఖంబుల నాక్రమింప యాదవ సమూహంబులు ముకుంద వదనారవిందం బవలోకించుచుండినవార లగుచుండి; రప్పుడు పుండరీకాక్షుఁడు మంత్రి పుంగవుల నవలోకించి

1. ఈ వచనము వ్రాఁతప్రతిలోఁగానరాదు

దండయాత్రకుఁ జతురంగ బలంబు నాయితంబు గమ్మని నియోగింపుఁడనిన వారు నుద్దండ దండనాయకులఁ బడవాళ్ల నుంబిలిపించి తత్ప్రకారంబుఁ దెలిపిన వారునుం దదీయ ప్రయత్నపరాయణులై యుండిరి. 23

క. భేరీ ధణం ధణం ధణ
భూరి ధ్వానమున భూ నభో భాగంబుల్
భోరుమని మ్రోసె, నాశా
వారణములు బెదరె, నదరె వసుధా ధరముల్. 24

ఉ. పాపయుత త్రిషష్ఠము శుభస్థితి కేంద్రము కార్య పూర్ణ దృ
గ్వ్యాపకముం గదా యని శరాసన లగ్నము చంద్ర హోర ను
ద్దీపిత పుష్కరాంశ గణుతించి విశేష ముహూర్తమంచు మే
ధా పరిపూర్ణులైన వసుధావిబుధుల్ వినుతింప నయ్యెడన్, 25

సీ. అంతరాంతర నిబద్ధానూన ఘంటికా
ఖండ ఘూణం ఘణం ఘణ రవంబు,
శుభ గుణోజ్జ్వల సైన్య సుగ్రీవ మేఘపు
ష్ప వలాహక తురంగ భాసురంబు,
ఘన పతాకాగ్ర జాగ్ర జ్జిహ్మగ [1]విపక్ష
పక్షరు గ్భూషితాంబర తలంబు,
చక్ర విభ్రమణ సంజనిత నిర్ఘోష భ
గ్న దిశా మతంగజ క ర్ణ కుహర,
తే. మహిత లోచన దుర్నిరీ క్షాక్షరాంశు
మాలికోగ్ర సహస్రార మండితంబు,
నైన రథ మెక్కి, పుండరీకాక్షుఁడపుడు
కదలె శతకోటి సూర్యప్రకాశుఁ డగుచు, 26

శా. ఖేల త్తాళతరు ధ్వజ స్ఫురితమై, క్రేంకారవ త్కింకిణీ
మాలా జాల నిభాత్యుదా త్త గళ శుంభ ద్ఘోటకోదగ్రమై,
శ్రీలం బొల్చు శతాంగ మెక్కి యరిగెన్ సీరాయుధుం, డు ల్లస
త్కైలాసాచల సన్నిభ ప్రభ లెసంగన్ సంగరోద్యోగియై. 27

1. విపక్షి పక్ష

చ. నిరుపమ పద్మరాగమణి నిర్మిత భూషణ సంప్రయుక్త నుం
దరతర నీల విగ్రహ ఘన ద్యుతి పుంజము, సేంద్రచాప ని
స్ఫురిత పయోధరంబు గతిఁ జూడ్కుల కింపొనరింప మన్మథుం
డరిగె స మీనకేతన సమగ్ర శతాంగ వరాధిరూఢుఁడై. 28

క. కృతవర్ముఁడు, దేహాలం.
కృత వర్ముఁడు, శిఖర కర పరిస్ఫుట సంధీ
కృత ధర్ముఁడు, భీకరధీ
క్కృత ధర్ముఁడు నగుచు నరిగెఁ గృష్ణుని మ్రోలన్. 29

ఉ. సాత్యకి చారుదేష్ణ గద సాంబ ముఖుల్ యదువీరు లేఁగి రా
ద్ధత్యమునం దురంగమ మతంగజ తుంగశతాంగ సంస్థులై
హే త్యురు దీధితి చ్ఛటలు హేళి విలాసము నాక్రమింప లా
లిత్య సితాతపత్ర తరళీకృత చామర రాజమానులై. 30

సీ. చటుల శుండా దండ సంభూత ఫూత్కార
పవ నాహతిని మేఘ పంక్తి చెదర,
రమణీయ దంత నిర్మల చాకచక్య కాం
తులు పట్టపగలు వెన్నెలలు కాయ,
నై షాద ఘీంకార ఘోషార్భటిని ఖేచ
రాంగనల్ పతులఁ గవుంగిలింపఁ,
జర దగ్ర విగ్రహ స్ఫురణ వజ్రికిఁ బున
ర్జనిత పక్షాహార్య శంక వొడమ,
తే. ఘంటికా కింకిణీ మాలికా సమూహ
ఘణ ఘణం ఘణ కిణి కిణి కిణి నినాద
తాళ వై లంబ యానావధానములను,
గంధ బంధుర సింధుర ఘటలు నరిగె, 31

సీ. లేళ్ల భంగినిఁ జౌకళించి చౌపుటము లొ
క్కుమ్మడి పదినైదు నుఱికి యుఱికి,
పాతరక త్తైల వలె నిల్చి యడుగులో
నడుగుగా నాట్యంబు లాడి యాడి,

కుమ్మరిసారెల కొలఁది గిఱ్ఱున రెండు
దిక్కుల వలయము ల్దిరిగి తిరిగి,
యనిలంబు రీతి ఱివ్వునఁ, దూగి ధరణిపైఁ
బదములు నిలుపక పఱచి పఱచి,

తే. కఠిన రింఖా ముహుర్ముహు ర్లుఠిత భూ ప
రాగ ధూసరి తామల రమ్య చికుర
సంచర విధూత ఖచర చేలాంచలంబు
లగుచుఁ, గిహి కిహికార్భటి నరిగె హరులు. 32

భుజంగప్రయాతము.
భ్రమ చ్చక్ర ని ర్ఘాత బాహుళ్య ధాటిన్
క్షమా మండలం బెల్ల సంక్షోభ మందన్
సముత్తుంగ రంగ ధ్వజ చ్ఛన్న శుంభ
త్తమోభిత్పథంబుల్ రథంబు ల్గమించెన్. 33

శా. చిల్లాడంబులమీఁదటన్ బిగువు కాసెల్ చుట్టి పొంకంబు వా
టిల్లన్ వంకులు చెక్కి శూలములు నీఁటెల్ గత్తులుం గేళముల్
బల్లెంబుల్ మొదలైన సాధన తతుల్ బాహా బలోద్వృత్తిసం
ధిల్లం దాల్చి పదాతి కోటి నడిచెన్ దిక్చక్ర మల్లాడఁగన్. 34

చ. గొడుగులు ఫేనముల్, తురగ కుంజరముల్ తిమి నక్ర సంచయం
బుడుగని వాద్య ఘోషము మహోర్మి రవంబు, పరిభ్రమింపఁగాఁ
బడు పటు హ స్తభాస్వ దరి పంక్తులు సుళ్లును గాఁగ, నెక్కుడున్
వడి శర చాపముల్ గలిగి వాహిని, వాహిని లీల నేఁగఁగన్. 35

ఆ. క్షేమకారి తీర్చి చెలరేఁగి యనుకూల
మారుతంబు వీచె, మాంస ఖండ
ములును బూర్ణ కుంభములు పుష్ప ఫలములు
నెదురుపడియెఁ దురగ హేష లెసఁగె. 36

వ. మఱియుఁ, గల్యాణకరంబులైన శకునంబు లెడనెడం బొడగనుచు,ననుచు ముదంబున, భూసుర సమూహంబు లుచ్చైస్స్వనంబున నాశీర్వదించు 'దిగ్విజయోస్తు, తథాస్తు' వచన బాహుళ్య నినాదంబులును, బసిండి పళ్లెరంబులఁ

గర్పూర దీపికా సముదయంబునించి నీరాజనంబు లొసంగుచు బ్రాహ్మణ పుణ్యవనితా జనంబులు జయ మంగళం బని పాడు మంగళ కైశికి రాగ స్వరంబులును, సౌధ శిఖరంబులందుండి చూచుచుఁ గుసుమ లాజాక్షత వితానంబు పైఁ జల్లు పురంధ్రీ నికర కర కంకణ కాంచన కాచ ఝణ ఝణత్కార నాదంబు లిరు పార్శ్వంబుల నిలిచి హృద్య గద్య పద్యంబుల బాహాటంబునం బొగడు వంది మాగధ సందోహంబుల 'జయ; విజయీభవ!' శబ్దంబులును, విపంచీ స్వరమండల రావణ హస్తాది జంత్రవాద్యంబులు మీటుచు సంగీతంబులు సేయు గాయ కోత్తముల షడ్జ మధ్యమ గ్రామ రవంబులును, భేరీ మృదంగ పణ వానక డిండిమ ప్రముఖ వాద్య ధణ ధణత్కార రావంబులును, శంఖ కాహళ వేణు ప్రభృతి తూర్య నిస్వనంబులును, సమద వారణ ఘీంకార ఘోషంబులును, దురంగ హేషా నినదంబులును, శతాంగ చక్ర నిర్ఘోషంబులును, బథిక నికర శరాసన పుంజ శింజినీ టంకార విరావంబులును నేకీభవించి బ్రహ్మాండ భాండ మధ్యంబునం బూర్ణీభవించి మహా కోలాహలంబై, రాకా నిశాకర బింబోదయ సందర్శన సముత్సాహ సముజ్జృంభమాణ మహాంభోనిధి ననుకరింప ద్వాదశాక్షౌహిణీ బల సమేతుండై కతిపయ ప్రయాణంబుల శోణపుటభేద నోపాంత ప్రదేశంబుఁ జేరి యనర్క కిరణ వ్యా ప్తచ్ఛాయా సాంద్ర సకల మహీరుహ శోభితంబును, మధుర జల సంపూర్ణ ప్రవాహ తటాక వాపీ సమూహ భూయిష్ఠంబును నైన మనోహర స్థలంబునఁ బట కుటీరంబు లె త్తించి యచ్చట వేలా లంఘనంబుఁ జేసిరా సమయంబున, 37

క. బాణాసుర గర్వము సం
క్షీణంబగు నింత ననుచుఁ జెప్పిన క్రియ, గీ
ర్వాణులు సంతస మందఁగ,
క్షోణిం దత్కేతనంబు గూలెం బెలుచన్. 38

వ. అప్పు డమ్మురాంతకుండు త త్పురంబు దాడి వెట్టం బంచిన. 39

సీ. ప్రాకారములు త్రవ్వి పడఁద్రోయువారును,
గోపురంబుల నేలఁ గూల్చువారు,
సౌధ యూథము నేలఁ జదునుఁ జేసెడివారు,
వన భూజములఁ బీకివై చువారు,

కమలాకరముల భగ్నముసేయువారును,
ధన వ స్తువులఁ గొల్ల కొనెడివారు,
యజ్ఞ శాలల వహ్ని కర్పించువారును
దెగి పౌరజనుల బాధించువారు,

తే. నగుచు, యాదవ వృష్ణి భోజాంధకాది
యోధ వీరుల సైన్యంబు లుక్కుమిగిలి,
త త్పురం బాక్రమించి, యుద్దండ వృత్తి
దాడివెట్టుట నబ్బాణ దైత్యవిభుఁడు. 40

మ. నట దుద్య ద్భ్రుకుటీ భయంకర ముఖాంత శ్శోణ దృక్కోణ వి
స్ఫుట దీ ప్తిచ్ఛట విస్ఫులింగ పటలోద్భూతంబు గావింప ను
త్కట ధాటీ పటుతా కహః కహ కహ ధ్వానాట్టహా సార్భటిం
జటులాహంకృతి వి స్తరిల్ల సమ రోత్సంక్రీడ నోత్సాహియై. 41

మ. రణ భేరీ ప్రకటాంక భాంకరణ సంరావంబుత్త్రైలోక్య భీ
షణమై మ్రోయ, భుజా సహస్ర సముదంచ చ్ఛాత హేతి చ్ఛటా
ఘృణిశోభిల్ల ననర్ఘ్యరత్న ఖచిత ప్రేంఖచ్ఛతాం గాధిరో
హణుఁడై సంగర కేళికిన్ వెడలె నుద్య ద్వాహినీ యుక్తుఁడై. 42

సంగర రంగమున బాణునకుఁ బరమశివుని సాహాయ్యము

తే. వాని మొగసాలఁ గాఁపున్నవాఁడు గాన
యుద్ధ సాహాయ్యమునకు నుద్యుక్తుఁ డయ్యె.
భ క్త సులభుండు శాంకరీ ప్రాణనాథుఁ
డనుఁగుఁ జెలికానితోఁ గొంత పెనఁగుటకును. 43

వ. అప్పుడు, 44

సీ. ఘన వాల విక్షేప జనిత వాతాహతి
దిగ్వలయంబు దిర్దిరను దిరుగ,
వడి ఘణిల్లన ఱంకె వై చిన మేరు మం
దర శైలములు ప్రతిధ్వనుల నీనఁ,

గుప్పించి యుఱికినఁ గుంభినీ భారంబు
సైఁపక దిక్సామజములు బ్రమ్గఁ,
గ్రొవ్వాడి కొమ్ముల కొనల చిమ్ముల బలా
హక సమూహము వకావకలు గాఁగ,

తే. గంఠ విలుఠ న్మహోజ్జ్వల ఘంటికా ప్ర
భూత ఘూణంఘణ స్వన స్ఫురణఁ దనర,
విజిత రజతాచల స్ఫూర్తి, వృషభమూర్తి,
నీలకంఠుని ముందర నిలచె నపుడు. 45

సీ. ఘన జటా జూట సంకలిత గంగా తరం
గ చ్ఛటల్ ఘుళ ఘుళం ఘుళ యనంగఁ,
జలితావతంస కోమల శశి స్రవ సుధా
సారంబు ఝుళ ఝుళం ఝుళ యనంగ,
నంగ సంఛాదిత వ్యాఘ్రేంద్ర చర్మ సం
చలనముల్ పెళ పెళ పెళ యనంగఁ,
గల పరిభ్రమిత భీకర శాత శూల ని
ర్మల దీప్తి ఫెళ ఫెళ ఫెళ యనంగ,

తే. శంకరుఁడు నందిపై నెక్కి హుంకరించి,
యతిశయార్భటిఁ గెవ్వన నార్చి పేర్చి,
చౌకళింపులు దుమికించి, చక్ర గతులఁ
దరిమి పేరెంబు దోలుచు నరిగె ననికి. 46

క. చంచ త్కోమల పింఛో
దంచిత కేకేంద్ర వాహ నారూఢుండై
వేంచేసె భవుని వెంబడిఁ
గ్రౌంచవిభేదనుఁడు ప్రమథ గణ పరివృతుఁడై. 47

లయగ్రాహి
తుండములు పూత్కరణ చండ పవనంబు ఘన
మండలముఁ దాఁకి బహు ఖండములు సేయన్,

మెండుకొని ఘీంకృతులు దండి సరసీరుహ భ
వాండ ఘట మధ్యమున నిండి కడు మ్రోయన్,
గండములపై మద మఖండ ఫణితిం గురియు
చుండఁ, బటు దంత రుచి మండితముగా వే
దండముల తండములు భండన జయోద్ధతినిఁ
గొండల గతి న్నడిచెఁ బాండవ కులేంద్రా! 48

స్రగ్ధర

రింఖా సంఘాత జాతావృత వితత ధరా
రేణు పంకీ కృతాబ్ధుల్
ప్రేంఖ న్మాణిక్య మాలా ధృత గళ లుర దా
భీల ఘంటా రవంబుల్
పుంఖీభూతాస్త్ర-మౌర్వీ స్ఫుట నికట ధను
స్సూస్ఫర్జితారోహకంబుల్
కంఖాణంబుల్ విచిత్ర క్రమ గమన చమ
త్కార లీలం గమించెన్. 49

తోటకము

పాటవ బాహవ భవ్య తనూభృ
చ్చాటు సురాలయ శైల విభాతిన్
హాటక రత్నమయ స్ఫుట దీప్తుల్
ధాటి చెలంగ రథ వ్రజ మేఁగెన్. 50

మ. కృత నానావిధ సాధన శ్రమ సమి తీక్ష్ణడా చమత్కార ని
ర్జిత బేతాళు లవక్ర విక్రమ గుణశ్రీ తుల్యా కంఠీరవుల్,
శతకోటి ప్రతిమాన విగ్రహు, లుదంచ ద్ధైర్య జాంబూనద
క్షితిభృత్తుల్, భట సంఘముల్ నడిచె నక్షీణ ప్రతాపోన్నతిన్. 51

తే. ఇట్లు చతురంగ సేనా సమేతుఁ డగుచు
నరిగె నెడనెడఁ బొడఁగాంచు నాపజయిక
శకునముల నాత్మలోపల సరకు గొనక
దురభిమానంబు పేర్మి నిర్జరవిరోధి. 52

హరి హరుల భీకరాహవకేళి

వ. అప్పుడు. 53

మ. పరమేశుల్, భగవంతు, లవ్యయులు, శుంభ ద్బాహు శౌర్యోజ్జ్వలుల్.
హరి మృత్యుంజయు లిద్దఱున్ రణముసేయం జూచు నుత్కంఠచే,
సరసీజాసన పాకశాసన సమస్త బ్రహ్మ దేవ ర్షి కి
న్నర సాధ్యాదులు మింట నిల్చిరి, విమాన వ్రాత సంరూఢులై. 54

వ. యాదవ సైన్యంబును నిస్సామాన్యంబగు నుత్సాహంబున దానవ సేనా సమూహంబు నెదుర్కొనియె; న ట్లయ్యుభయ బలంబులును సంవర్తన సమయ సముజ్జృంభమాణాన్యోన్య సంఘర్షణ పూర్వా పర మహార్ణవంబుల విధంబున నొండొంటిం దాఁకి, రథికులు రథికులును, వారణారోహకులు వారణారోహకులును, నాశ్వికులు నాశ్వికులునుఁ, బదాతులు బదాతులును, ద్వంద్వ యుద్ధంబునకుం గడంగి కోదండ దండంబు లంకించి, శింజినీ టంకార నినాదంబులు రోదసీ కుహరంబు నిండ, నాకర్షణ సంధాన దృఢ ముష్టి లాఘవ లక్ష్యశుద్ధి దూరాపాత విశేషంబులం బ్రచండంబులయిన కాండ ప్రకాండంబులు సంప్రయోగించి, రథ రథకేతు సూత్ర వ్రాతంబుల మర్మ ఘాతంబున నొప్పించుచు, మృత్యుజిహ్వా కరాళంబులు సౌదామినీ లతా వితానంబుల పోలికం దళ త్తళాయమానంబులై చూపులకు మిఱుమిట్లు గొలుప ఝుళిపించి దేహంబులుపలక్షించి తునుక లైపడ నఱుకుచు నవక్ర విక్రమంబునం జక్రంబులు గిరగిరం ద్రిప్పివై చి ఛత్ర చామర ధ్వజ దండంబులు ఖండంబులు సేయుచుఁ బ్రజ్వల జ్వలన కీలా జాలంబుల లీలం గ్రాలు శూలంబుల నాభీలంబులగు శతాంగ మాతంగ తురం'గాంగంబులు భగ్నంబులుగాఁ గ్రమ్మచుఁ, గఠోరంబులగు కుఠారంబు లెత్తి కంఠీరవంబుల తేవ నకుంఠ కంఠారవంబులు చెలంగ నురశ్శిర కర చరణ ప్రముఖాంగంబులకొఱకు నఱకు దారుశకలంబు గతి వికలంబులు సేయుచుఁ, బ ల్లంబులమొల్లంబులగు నుల్లాసంబులం గ్రేళ్లురుకుచు, బల్లెంబులుఁ బుచ్చుకొని ఘొల్లునం బెల్లార్చి కాయంబుల నమేయంబులై కీలాల ప్రవాహంబులు దొఱఁగం బొడిచి పడఁజిమ్ముచు, మదోద్రేకంబున గదా దండంబులు విసవిసం ద్రిప్పి గాత్రంబులు ముగ్గునూచంబులుగాఁ గొట్టుచు, శ్వసనాశన సంకాశంబులగు పాశంబులు వీరావేశంబులం గండ దేశంబులం దగులం బ్రయోగించి ప్రాణంబులు

క్షీణంబులుగాఁ బడనీడ్చుచు, మఱియుఁ బ్రాస పట్టిస ముసల ముద్గర తోమర భిండిపాల శక్తి క్షురికాది నానావిధాయుధంబులం గొట్టివేసి, నఱికి, చీరించి, చెండాడి, గగ్గోలుపఱిచినం, జంభవిద్వేషి కరాంభోజ శుంభ ద్ధంబోళి ధారాహతంబులైన విశ్వంభరా ధరంబుల చందబునం గూలి పీనుంగులైన యేనుంగులునుఁ, బుడమింబడి తన్ను కొనుచుఁ గంతగత ప్రాణంబులైన కంఖాణంబులును, యుగ యుగ్య చక్ర కూబర సహితంబుగా హతాంగంబులై న శతాంగం బులునుఁ, గూలిన కేతనంబులును, జిత్ర రూపంబుల విధంబున విగత విక్రమార్భటులైన భటులును, సోలిన రాహుత్తులును, రాలిన భూషణ మణి గణంబులును, వ్రాలిన ఛత్ర చామరంబులును, వికలంబులైన దంతంబులును, శకలంబులైన కుంభ స్థలంబులును, ప్రక్కలైన డొక్కలునుఁ జెక్కులైన ప్రక్కలును, భిన్నంబులైన కపాలంబులును, ఛిన్నంబులైన కపోలంబులును, విఱిగిన చరణంబులును, జిరిగిన చర్మంబులును, శీర్ణంబులైన కర్ణంబులునుఁ, జూర్ణంబులైన వర్మంబులును, గలిగి, మహా బిలంబునం గోటానుకోటులును, దట్టంబులై యట్టలాడం జొచ్చె; గజ వాజి కళేబరంబులు జీమూతంబులును, సాంద్ర చంద్రహాస ధగద్ధగిత ద్యుతులు శంపాలతలును, శంఖ దుందుభి స్వనంబులు మేఘ నిర్ఘోషంబులును, గదా ముసల ముద్గర ఘాతంబు లశని పాతంబులును, విశీర్ణ భూషణ పద్మరాగ గారుత్మత ఘృణిరేఖ లింద్రధనువులును, విభిన్న కుంభి కుంభచ్యుత ముక్తాఫలంబులు వర్షోపలంబులును, గాక గృధ్ర ప్రభృతి విహంగంబులు చాతకంబులును, శోణిత పూరంబు జలాసారంబునునై, యోధ యూథ ధను ర్విముక్తంబులై గగనదేశంబు నిరవకాశంబుగా నిండి కల్పి తాంధకార నై ల్యంబై న బాణ బాహుళ్యంబువలన, మార్తాండ మండల గోచర లక్షణంబు లేమి దుర్దినంబై, యుత్కర్ష వర్షాగమంబు ననుకరించియుండె. అపుడు వేతాళ ప్రేత పిశాచ శాకినీ డాకినీ ప్రముఖ భూతంబు లుత్సాహ సమేతంబులై మాంసఖండంబులు కడుపులనిండ మెక్కి రక్తపానంబుఁ జేసిన గఱ్ఱునం ద్రేపుచు, శ్వేత తురంగ చర్మంబులు ధవళాంశుకంబులుగా ధరించుకొనుచు, మేదః పంకంబు రక్త జలంబులఁ బదనుచేసి లేపనంబులుగాఁ దనువుల నలందికొనుచుఁదునుకలై పడిన యాతపత్రంబులం బువ్వులుగా నలంకరించు కొనుచు, గజ కళేబరంబులు పర్యంకంబులుగా, బవ్వళించుచు, ఘోటకాండంబులు క్రముక ఖండంబులును, గుంజర కర్ణంబులు తాంబూల ప ర్ణంబులును, వసలు

చూర్ణంబులునుంగాఁ గలయ నమలి, విడియంబులుచేసి, జిహ్వాలోకనంబులు చేసికొనుచుఁ, గామినీ భూతంబులతోడి సురత క్రీడా విలాసంబులం జొక్కుచు, గంధర్వపిశాచంబులు సేయు గార్దభ స్వర సంగీతంబులకు నానందంబునొంది కరి తురగ నర మాంసంబులు త్యాగంబు లిచ్చుచో వారల గానంబులకుఁ దాముం దమ వదాన్యతా సౌందర్య విశేషంబులకు వారును, శిరఃకంపంబులుచేసి మెచ్చుకొనుచు, నివ్విధంబున వివిధ భోగంబులం దనిసి, యుభయ బలంబులం బొగడుకొనుచుం దాండవంబులు సలుపు న మ్మహాకోలాహలంబు వలన సంగర ప్రకారంబు ఘోరంబై వర్తిల్లె నందు. 55

చ. హరి హరు లిద్దఱుం గదిసి యాహవ కేళి యొనర్చి రుద్ధతిన్,
సుర నికరంబు లబ్రపడి చూడఁగ, శారఙ్గ పినాక చాపముల్
గరములఁ బూని, యొండొరుల కంఠ భుజోరు లలాట మర్మముల్
గురుతర చండ కాండములఁ గ్రుచ్చుచు రోష మహోగ్రమూర్తులై. 56

మ. హరుఁ డాకర్ణ ధనుర్గుణుం డగుచు బాహా విక్రమ క్రీడ ని
ష్ఠుర నారాచ పరంపరల్ వఱపినన్, సొంపారు నెమ్మోమునన్
దరహాస ద్యుతి వింతయై నిగుడఁ బద్మామానినీజాని భీ
కర బాణంబుల వాని నన్నిటి వెసన్ ఖండించె నొక్కుమ్మడిన్. 57

క. భగవంతుం డగు శంభుఁడు
గగన దిశా పూరితముగఁ గడుఁ దీవ్రతతో
నగణిత విశిఖౌఘంబులు
నిగిడించి మహోగ్ర తమము నిండఁగఁ జేసెన్. 58

మ. గరుడాంకుం డరుణాంత నేత్రుఁ డగుచు న్గాలాగ్ని సంకాశ భీ
కర కాండాళిఁ ద దంధకార మడఁగంగాఁ జేసె, నా తీవ్రతం
బరివేషస్థితి నుండె విల్లు, రవి బింబ స్ఫూర్తి నొప్పెన్ ముఖాం
బురుహం, బుగ్ర మయూఖ లీలఁ దనరెన్ బుంఖానుపుంఖా స్త్రముల్. 59

చ. మఱియు ననేక బాణములు మర్మము లంటఁగనేసి హుంకృతుల్
నెఱప, లలాటలోచనుఁడు నిష్ఠుర శాత శిలీముఖావళుల్
గఱకఱి నేసె. నేసినను గంజదళాక్షుఁడు వాని నన్నిటిన్
నఱికి నిశాత కాండములు నాటగ నేసెఁ దదీయ దేహమున్. 60

శా. ఆ సంరంభముఁ జూచి సైఁవక హరుం డాగ్నేయ బాణంబుఁ బ్ర
జ్ఞా సామర్థ్యముతోడ నేసిన, ఘన జ్వాలావృతంబై పయిన్
రా, సత్యారమణుండు వారుణ మహాస్త్రంబుం బ్రయోగించి సాం
ద్రాసారంబగు వారి పూరమున మాయంజేసె నత్యుద్ధతిన్. 61

ఉ. శర్వుఁ డఖర్వ గర్వమున శౌరిపయి న్మరు దంబకంబు గం
ధర్వ సుపర్వ పన్నగ వితానము లద్భుతమంద నేసినన్,
సర్వమయుండు చక్రి యది సంహరణం బొనరించె నుజ్జ్వల
త్పర్వత సాయకంబున, విపక్ష బలంబులు తల్లడిల్లఁగన్. 62

శా. సాటోపంబున శంకరుం డపుడు బ్రహ్మాస్త్రంబు సంధించి, మౌ
ర్వీ టంకార మెసంగ, నంబుధియు ఘూర్ణిల్లంగ నేయన్, నిరా
ఘాటంబై చనుదేరఁ గన్గొని, త దుగ్ర స్ఫూ ర్తి వారించె దో
షాట ధ్వంసి తదంబకంబున, నమ ర్త్య శ్రేణి కీ ర్తింపఁగన్. 63

శా. అత్యుగ్రాకృతి యైన పాశుపత దివ్యాస్త్రంబు భూతేశుఁ డా
ధ్ధత్యం బొప్పఁగ నేసె; నప్పుడు, మహోద్య ద్విక్రమ స్ఫూ ర్తి నౌ
న్నత్యం బై, యసమానమై వెలుఁగు శ్రీ నారాయణాస్త్రంబు సం
స్తుత్య ప్రాభవశాలి కృష్ణుఁడు సమంత్రో క్తిం బ్రయోగించినన్. 64

స్రగ్ధర.
రాలెన్ నక్షత్ర పం క్తుల్, రహి చెడియె నహో
రాత్రిరా ణ్మండలంబుల్,
వ్రీలెన్ ది క్కుడ్య సంధుల్, విఱిగిపడియె న
గ్రీంద్ర శృంగంబు లోలిన్
దూలెన్ మేఘౌఘ మత్యద్భుత జవపవనో
ద్ధూత ధూళీ సమంబై
కూలెన్ వృక్షాళి, క్రమ్మెగ్గెన్ గువలయ భరభృ
త్కుంభి కుంభీనసంబుల్. 65

క. ఖండేందుధర జనార్దన
కాండము లొండొంటిఁ దాఁకి గగనంబున సు
ద్దండ గతిఁ బోరి పోరి ప్ర
చండత హరి శరము హరుని శరముం దోలెన్. 66

తే. తనదు దివ్య శరంబులు దైత్యదమను
చే నిరర్థక మగుటయు మానసమున
నూహఁ దక్కి రణోత్సాహ ముజ్జగించి
యుండెఁ గల్యాణ శైల కోదండుఁ డపుడు: 67

శ్రీకృష్ణుని సమ్మోహనాస్త్ర ప్రభావము

మ. జలజాతాక్షుఁ డవక్ర విక్రమమునన్ సమ్మోహనాస్త్రంబు భూ
తల సంక్షోభముగాఁగ నేయుటయు నిద్రా పారవశ్యంబుతో
వలనొప్పన్ వృషభేంద్రు మూపురముపై వ్రాలెన్ హరుం డొయ్యనన్
గలధౌతాచల శృంగ సంగత శరత్కాలాంబువా హాకృతిన్. 68

వ. రుక్మిణీ కుమారుండును గుమారుండును నుద్దండ పుండరీకంబుల విధంబునం
గడంగి కోదండ పాండిత్యంబు భువన స్తుత్యంబుగా భండనంబు
సేయుచు, 69

మ. శరజన్ముండు, ప్రదీప్త రోషముఖుఁడై శాతాశుగ శ్రేణి నా
హరిజున్ నొవ్వఁగనేసి యార్చిన, మహో గ్రాకారుఁడై పేర్చి శం
బరవిద్వేషి, శిలీముఖ ప్రకర సంపాతంబున న్మించి జ
ర్జరితాంగుం డగునట్లు చేసె, సుర లాశ్చర్యంబునుం బొందఁగన్. 70

తే. నారిఁ దెగనేసి యతని మయూర వాహ
నంబు నెమ్మేన నిశిత బాణములఁ జొనిపి
చేతులాడక యుండంగఁ జిక్కుపఱుప
నిలువలేక విశాఖుండు తొలఁగి చనియె, 71

ఉ. చండతర ప్రతాప భుజ శౌర్య ధురంధరుఁడైన కామ పా
లుండు హలంబుచే రణములో మడియించెను, [1]గూపకర్ణ కుం
భాండుల భీమ హుంకరణ భగ్న పయోజ భవాండ భాండులన్,
భండన భైరవ స్ఫుట కృపాణ మహోజ్జ్వల బాహు దండులన్, 72

తే. సాంబుఁ డక్షుద్ర రౌ ద్రావలంబుఁ డగుచు
బాణనందను, నధిక దోర్బలుని, బలునిఁ

1. కూబకర్ణ,

గదిసి, వివిధాస్త్ర శస్త్ర సంఘాతములను
భూచరులు ఖేచరులు మెచ్చఁ బోరి పోరి. 73

తే. గుఱ్ఱములఁ జంపి కేతువుఁ గూలనేసి
రథము [1]చెక్కులుసేసి సారథిని ద్రుంచి
ఘనత రాశుగ పీడితాంగునిగఁ జేయ
నసురపతి నందనుఁడు పలాయనము నొందె. 74

శా. శైనేయుండును, బాణుఁడున్, రణ జయోత్సాహంబు లాస్యంబులన్,
బూనం గార్ముక శింజినీభవ రవంబుల్ దిక్కుల న్నిండ, న
స్త్రానీక క్షత జాత ర క్తజల పూరార్ద్రంబులై నట్టి నె
మ్మేనుల్, పుష్పిత కింశుకంబుల గతిన్ మీఱంగఁ బోరాడుచున్. 75

వ. ఉండి, రట్ల వాసుదేవుండు సమ్మోహన బాణ పాతంబున భూతేశు పరవశుం జేసి, నిరుప మోత్సాహంబున నిజ వదన నిర్గత నిరర్గళ నిష్ఠుర నినాద నిర్భిన్న నిఖిల నిర్జరాహిత సైన్యంబగు పాంచజన్యంబుఁ బూరించుచు విరోధి వరూధిని పయిం గవిసి కరాధిజ్య ధను ర్ముక్త, శరాధిక్య ఘాతంబుల సరి శిరోధి నిచయంబుల నఱకి ధరాధీనంబు సేయుచుఁ గరాళంబులగు కరవాలంబులఁ గరి హరి ప్రకర వాలంబులు కీలాలంబులు హేరాళంబులై తొరఁగఁ దునుముచు, దృఢవంతంబులైన కుంత లంబులఁ బంతంబున దంతంబులు విఱుగంబొడిచి, దంతావళంబుల నంతంతన కృతాంత నిశాంతంబున కనుపుచు, నసదృశంబులగు ముసలంబులు కర బిసరుహంబుల విసవిసం ద్రిప్పి యసుర విసరంబులు పసచెడి వసుమతిం గలియ నసువులం బాపుచు, గదల మెఱుంగులు చదలం బొదలం ద్రిప్పుచు వదలని మదంబులం గదిసి యెదురుకొని పొదువు పదాతులం గదల మెదల నీయక వదనంబులు చదిసి రదనంబులు డుల్లి గుదులుకొనుచుం జావమోదుచు నంతకంతకు నతిశయంబైన వీరావేశంబునం బ్రళయకాల రుద్రాకృతిం బేర్చి ర క్త ప్రవాహంబులును మాంసరాసులును బ్రేవులు నెముకల గుట్టలునునై, రణం బతిధారుణంబుగఁ జిత్ర క్రీడ సలుపుచుఁ బాంచజన్య జృంభ న్నినాదంబులు భూ నభోంతరములు నిండఁ బూరించుచుండె నపుడు, 76

---

1. చెక్కలు (మూ)

సీ. సారథు ల్వడిస సశ్వము లీడ్చుకొనిపోవ
నందంద పడిపోవు నరదములును,
దైన్య ఘీంకార నాదములు సేయుచుఁ బటా
పంచలై పాఱెడి భద్రకరులు,
నేటులఁబడి యెదురెక్కఁజాలక వాహ
కులతోడ నఱచెడి ఘోటకములు,
వని మొన నిల్వ ధైర్యములు చాలక తలల్
వీడంగఁ బరువెత్తు వీరభటులు.

తే. నగుచుఁ, గాళీయదమన బాహా ప్రచండ
కార్ముక జ్యా లతా ముక్త కాండ పటల
దహన కీలా కలాప సంతానమునకుఁ
దాళక, పలాయనము నొందె దనుజ బలము. 77

వ. అప్పుడు. 78

బాణాసురుని కదన విక్రమము

ఉ. వచ్చిన యాత్మ సేనఁ గని, వీరుఁడు బాణుఁడు, తెంపు చూపఱుల్
మెచ్చుగఁ జేయివీచి, మరలించినఁ ద ద్బల మెల్ల రోషముల్
హెచ్చఁగ నొక్కటన్ మరలె, నేపున సైన్య యుగంబు పోరికిన్
జొచ్చిన, సంకు లాహవము, చూడ భయంకర మయ్యె నయ్యెడన్. 79

శా. బాణుం డప్పుడు రోష ర క్తముఖుఁడై బ్రహ్మాండ భీమాకృతిన్
జాణూరాంతకు డాసి, మామక భుజాంచ ద్ధాటిచే సంగర
క్షోణిం బన్నగ సిద్ధ కింపురుష రక్షో యక్ష గంధర్వ గీ
ర్వాణుల్ నిర్జితులైరి, నా యెదుట నిల్వన్ నీవు శక్తుండవే? 80

చ. అనవుడు, మందహాస ముఖుఁడై హరి, నీ భుజశక్తి నీవె నె
మ్మనమున లజ్జలేక పలుమాఱును మెచ్చుకొనంగ నీతియే?
యనిమొన నిల్చినప్పుడు నిరర్థక మీ వెడ మాట లేల? [1]నాఁ
కొని భుజియింపఁ బోవుచును గూరల మే లడుగంగ నేటికిన్? 81

1. దాకొని,

మ. అను నాలోనన హ స్త పంచశత కోద్యచ్చాపుఁడై నిల్చి, త
క్కిన యేనూఱు కరంబులన్ శరము లుత్కృష్ట ప్రతాపంబునం
గొని బి ట్టేయఁగ, మండలీకృత మహా కోదండ ముక్తార్ధచం
ద్ర నిశాతాంబక పం క్తిఁద్రుంచె నవి, రాధానాయకుం డుద్ధతిన్. 82

సీ. శతముల వేలు లక్షలు కోటు లర్బుదం
బుల శరౌఘంబులఁ బొదివి పొదివి,
వాయవ్య గారుడ వారణ ప్రముఖ ది
వ్యేషు జాలంబుల నేసి యేసి,
కరవాల శూల ముద్గర శ క్తి తోమర
ప్రాసాయుధంబులఁ బఱపి పఱపి,
శాంబరీమాయా విడంబనం బొనరించి
శిలలు [1]నెత్రుఁ గురియఁజేసి చేసి,

తే. యసురభ ర్త విజృంభించి యార్చుటయును,
నడుమ నన్నింటి ఖండించి పొడవడంచి
త్రుంచి మాయించి కడు విక్రమించి మించి
తన ప్రతాపంబుఁ జూపె న ద్దనుజవైరి. 83

వ. మఱియును. 84

ఉ. అ త్తఱి న మ్ముకుందుఁడు ద దర్ధ సహస్ర శరాసనంబులన్
గ త్తిమొగంపు టమ్ములను గండ్రలు సేయుచు నుండ, నంతలో
నె త్తెడు విండ్లు, నారి బిగు వె త్తెడు విండ్లు, శర ప్రయోగ సం
ప త్తిఁ జెలంగు విండ్లు, నటు బాణు కరంబుల నొప్పె వింతయై. 85

చ. తొలుతటి యమ్ము పంచ శత దోర్ధను రావళిఁ ద్రుంచికొంచు న
వ్వలఁ జన, నింతలో మొదలి వైపున బాణుఁడు గ్రమ్మఱం గరం
బులఁ గొను చాపముల్ నఱికిపోవుచు, రెండవ యమ్ము ముందరన్
వెలుఁగు శరమ్ము గూడ, దివి నిండె హరి ప్రదరమ్ము లీగతిన్! 86

శా. కోపాటోప విజృంభణారుణిత చక్షుష్కోణ సంజాత వీ
క్షాపాతంబులు, మేనఁ జొచ్చి వెడలెన్గాబోలు నన్నట్లు, త

1. నెత్తురు గుర్వఁజేసి (మూ)

చ్చా హొద్భూత శరౌఘముల్ తడను సంచారంబులై వక్షమం
దా పూర్ణంబుగ నాటి వెల్వడు సురేంద్రారాతి దేహంబునన్. 87

చ. ధనువులు ద్రుంచి, సూతు తల ధారుణి మీఁద నలంకరించి, వా
హనముల సంహరించి, సముదంచిత కాంచన కేతన ప్రపా
తన మొనరించి, మై రుధిర ధారలు గ్రమ్మఁగ నొంచి మించి, య
ద్దనుజవిరోధి యొత్తెఁ గృత దానవ దైన్యము పాంచజన్యమున్. 88

కోటరీ రాక్షసి వికృతచేష్ట

క. మతి బ్రమసినట్లు నిశ్చే
ష్టితుఁడై బెగడొందు బాణు జీవము రక్షిం
చు తలంపున, ముది రక్కసి
యతని జనని, కోటరీ సమాహ్వాయ యంతన్, 89

ఉ. అంబర హీనమైన వికృతాకృతితోడుత, నాభి క్రేవలన్
లంబ కుచ ద్వయంబు గదలం, బలు చెక్కుల జుంజుఱౌ శిరో
జంబులు వ్రేల, న మ్ముది నిశాచరి ఖేచరియై పిశాచ రీ
తిం బఱతెంచి నిల్చె, వసుదేవతనూభవు సమ్ముఖంబునన్. 90

శా. దానిం జూడఁగ రోయుచున్ విముఖుఁడై దైత్యాంతకుం డున్న, నా
లోనం బాణుఁ డెడంబుఁ గాంచి పఱచెన్ లోకుల్ బ్రమోదింపఁగా
మానం బెల్లను వీడి యాత్మ నగరీ మార్గంబునన్ భీతిదృ
క్కోనఃపున్యతఁ బాద ఘట్టనల భూ భాగంబు కంపింపఁగన్. 91

శాంభవ వైష్ణవ జ్వరముల సంరంభము

ఉ. ఆ హరి ముందటన్ నిలిచినట్టి నిశాటియు నేఁగె నంత, స
మ్మోహన బాణ పాతమున ముంచిన తాంద్రికముం దొలంగి కా
మాహితుఁ డంప, శాంభవ మహాజ్వర మంత్రులు మ స్తకంబులున్
బాహువులుం ద్రిసంఖ్యలను భాసిలఁగా నతి ఘోర మూర్తియై. 92

మ. తనమీఁదం జనుదేర, నవ్వుచును బద్ధానేత, తీవ్ర జ్వరం
బునుఁ బంపన్, భయదాకృతిం గదిసి యార్పుల్ మింట నంటంగఁ దాఁ

కిన, నా రెంటికి నయ్యె నాహవము సోత్కృష్ట ప్రతాపోగ్ర త
ర్జన సంభర్జన గర్జనంబులు జగత్సంక్షోభముం జేయఁగన్. 93

తే. పోరి పోరి భుజా బల స్ఫురణ దక్కి,
శాంభవ జ్వర మాత్మలో సంచలించి,
వైష్ణవ జ్వర మధిక జవంబుతోడ
వెంట నంటంగ, నార్తితో వెఱచి పఱచె. 94

ఉ. ఎక్కడఁ జొచ్చినం జుణుగనీయక వైష్ణవి వెంటనంటఁగా,
దిక్కుల నెల్లనుం గలయఁ ద్రిమ్మరి, యార్తి హరించి కాచువాఁ
డొక్కఁడు లేమికిన్ వగల నొందుచుఁ, గ్రమ్మఱఁ బాఱుతెంచి స
మ్యక్కరుణా విధేయు హరి నార్త శరణ్యునిఁ జేరి భక్తితోన్. 95

శాంభవ జ్వరము కావించిన శ్రీకృష్ణ స్తవము

శా. శ్రీ లక్ష్మీపతయే, కృతాఖిల జగత్క్షేమాయ, దివ్యౌజసే,
నీలాంభోధర కాంతి కాంత వపుషే, నిర్వాణ సంధాయినే,
లీలా కల్పిత తాత్త్వికాయ, మహతే, లేశాతి పూర్ణాత్మనే,
నాళీకాసన పూజితాయ, భవతే, నారాయణాయోన్నమః, 96

దండకము

శ్రీమద్రమా మానినీ మానసారామ వాటీ వసంతాయమా నాసమానాంగ శృంగార భావా సమగ్ర ప్రభావా ప్రభావార్యమాణా యుతాహోధిరా ణ్మండలా సేవితాఖండలా కుండ లానర్ఘ రత్నచ్ఛవి చ్ఛన్న గండస్థల ప్రస్ఫుర న్మందహాసా కరాంభోజ భృన్నంద కాఖ్యోజ్జ్వల చ్చంద్రహాసా మహా సాహస క్రూర కంసాఘ వత్సాది దైతేయ సంఘాత శైలాంబుభృ ద్వాహనా గోపకన్యా మనో మోహనా గేహ నారీ సుతార్థాది సంసార భోగాబ్ధి నిర్మగ్న హృత్పాపకృతాళీ దురాపాదరాపాద కీర్తి ప్రతాపోదయా నీ దయా శోభితాపాంగ వీక్షా సుధా లేశ సంసేచనా లబ్ధ సౌభాగ్యులై బ్రహ్మ రుద్రామరాధీశ ముఖ్యుల్ మహత్త్వంబునన్ బూర్ణులై యుందు రేత జ్జగ త్పాలనార్థంబుగా నీవు మత్స్యస్థితిన్, గచ్ఛపాకారతన్, యజ్ఞ వారాహ లీలన్, నృసింహ స్వభావంబునన్, వామనస్ఫూర్తితో, జామదగ్న్య స్వరూపంబునన్, రామచంద్రా వతారంబునన్, రౌహిణే యాభిధేయంబుతో, బౌద్ధవేషంబుతోడం

గలిగ్యాకృతిన్, సాధు సంరక్షణంబున్, జగత్కంటక ధ్వంసనంబున్ దగం జేయుచో నీవు గావించు సత్కార్యముల్ చాల నాశ్చర్యముల్, నీ పదాంభోరుహధ్యాన సేవా విశేషంబులన్ నారద వ్యాస వాల్మీకి రుక్మాంగదాదుల్ మహా ధన్యులై పుణ్యులై జ్ఞాన సంపన్నులై యవ్యయానందముంగాంచి రత్యూర్జితంబై నయుష్మ న్మహ త్త్వంబు వ ర్ణింపఁగా రెండువేల్ జిహ్వలన్ బొల్చు శేషాహియుం జాలఁ, డీ లోకముల్ దేశ కాలంబులున్ వేద శాస్త్రంబులున్ దాన ధర్మంబులున్ సాగరంబుల్ నదుల్ కాననంబుల్ గిరుల్ చంద్ర సూర్యుల్ పృథివ్యాది భూతంబులున్ సాత్త్వికాది త్రయం బాదిగా నామ రూపంబులం బొల్చు నేతత్ ప్రపంచంబు సర్వంబు నీ మాయచేఁ గల్పితంబై - భవద్గర్భ గోళంబునన్ బుట్టుచున్ మించుచుం గిట్టుచు న్నుండు నో దేవ! నీవే జగత్క ర్తవున్ భ ర్తవున్ హర్తవున్ నీవె, సర్వ స్వరూపుండవు న్నీవె, దైవంబవున్ నిర్గుణంబై నిరాఖ్యాతమై నిర్వికల్పస్థితిం బొల్పు నోంకార గమ్యుం, బరబ్రహ్మ మూ ర్తిన్, నినున్, నామనో వీథి భావింతు సేవింతు నో స్వామి! నన్నుం గృపం జూచి రక్షింపుమో దీన సంరక్ష! యో పుణ్య చారిత్ర! యో భక్త మందార! యో నిత్య కల్యాణ! కారుణ్య శాలీ! జగన్నాయకా! దేవతా సార్వభౌమా! రమా వల్లభా! పాహి మాం పాహి మాం పాహిమామ్. 97

శా. నీ తేజంబు మహోగ్రమై తఱుమఁగా నిల్వంగ శక్యంబుగా
దేత ద్విశ్వమునందు, రక్షకులు నా కెవ్వారునున్ లేరు నీ
వే తప్పన్, శరణంబు సొచ్చితి దయా విస్తార భావంబునన్
నా తప్పుల్ క్షమియించి కావఁగదవే, నా తండ్రి! నారాయణా! 98

క. అనినం గృష్ణుఁడు మ త్సా
ధన మనితర వార్య మగుటఁ దగఁ దెలిసి రయం
బున మముఁ జేరితి, కావున
నినుఁ జెందదు త ద్భయంబు నిక్కం బింకన్. 99

క. మీ యుభయ జ్వర వాద ము
పాయంబున నన్నుఁ గావుమని నీవు నుతుల్
సేయుటయుఁ జదువు వారల
కే యెడ మీ బాధ పొరయ దించుక యైనన్. 100

వ. అని యానతిచ్చె నని శుకుండు పలికిన నట మీఁదటి వృత్తాంతం బెఱింగింపుమని యడుగుటయును. 101

ఆశ్వాసాంత పద్య గద్యములు

శా. [1]సాష్టాంగానత సిద్ధ సాధ్య మకుంటాచ స్ఫూత్న రత్నావళీ
ఘృష్టి స్తోమ విరాజమాన విమలాంఘ్రి ద్వంద్వ! గీర్వాణ జి
ద్దుష్టారాతి కురంగ నిర్దళన శార్దూలాయతోద్య ద్భుజా
వష్టాంభోజ్జ్వల! సర్వ దేవమయ శశ్వ ద్రూప విశ్వంభరా! 102

క. లక్ష్మీ కటాక్ష కమ లా
లాక్ష్మాంచిత వదన హరిణ లాంఛన బింబా!
సక్ష్మాది భూత విశ్వగ!
సూక్ష్మ స్థూలాంతరస్థ సుబ్రహ్మ కళా! 103

కవిరాజ విరాజితము
మలయజహార సుధాకర హీర స
మాన సుసార యశోవృత ది
గ్వలయ! కృతార్థి హితార్థ! ధనంజయ
వర్ధన కారి! సమర్థ కృపా
నిలయ! నిరర్గళ శార్జ్గ ధనుర్గుణ
నిర్గత మార్గణ వర్గ మహా
విలయగతాహిత! మోహిత లోక! వి
వేక సమాహిత హృన్మహితా! 104

గద్యము

ఇది శ్రీ మంగళాచల నృసింహ కృపా ప్రసాద సంప్రాప్త
విద్యా వైభవ కనుప ర్తి రాయన మంత్రి తనూభవ
సుజన హిత కృత నిత్య యబ్బయామాత్య
ప్రణీతంబై న యనిరుద్ధ చరిత్రంబను మహా
ప్రబంధంబునందుఁ జతుర్థాశ్వాసము.

1. ఇందు వృత్తనామైక దేశముగలదు; ముద్రాలంకారము

శ్రీ

అనిరుద్ధ చరిత్రము

పంచమాశ్వాసము

(శ్రీకృష్ణ బాణాసురుల భీషణాహవము-బాణునిపై శ్రీకృష్ణ సుదర్శనాయుధ ప్రయోగము-శివుఁడు కావించిన కేశవ ప్రస్తుతి-బాణుఁడు శ్రీకృష్ణుని సన్నుతించి యుషానిరుద్ధుల నొప్పగించుట-వియ్యాలవారికిఁ బ్రియోపచారములు-ఉషానిరుద్ధులకు వీడుకోలు-ద్వారకకు ఉషానిరుద్ధుల యాగమనము-పుర కాంతల పూల జల్లులు-అనిరుద్ధుని దక్షిణ నాయకత్వము-ఉషా సుందరికి కుమారోదయము-వజ్ర కుమారుని శైశవ క్రీడలు-నారదముని వజ్రుని సాముద్రికా శుభ లక్షణములను గొనియాడుట-ఫలశ్రుతి-ఆశ్వాసాంత పద్య గద్యములు)

శ్రీకల్యాణ గుణోజ్జ్వల!
పాకాహిత ముఖ్య వినుత పద పద్మ! శర
ద్రాకేందు చంద్రికా విభ
వాకర దరహాస! మంగళాద్రి నివాసా! 1

తే. అవధరింపుము; శౌనకుం డాదియైన
మునివరేణ్యులతోడ నిట్లనియె సూతుఁ
డా పరీక్షిన్మహారాజు నాదరమునఁ
జూచి విజ్ఞాన నిధియైన శుకుఁడు పలికె: 2

తే. అట్లు కరుణించి పలికిన యచ్యుతునకు
వందనము చేసి చనియె శైవజ్వరంబు.
బాణుఁ డపు డట్లు భీతితోఁ బఱచి, తనదు
మందిరమ్ముఁ జొచ్చి చింతాబ్ధి మగ్నుఁ డగుచు, 3

వ. ఇట్లని తలంచు. 4

శ్రీకృష్ణ బాణాసురుల భీషణాహవము

మ. అతి రౌద్రారుణ నేత్ర కోణములతో, నాలీఢ పాద ద్వయో
న్నతితోఁ, జంచల కుండల ప్రభలతో, నారాచభృ న్మండలీ
కృత కోదండముతో, జయార్భటముతోఁ, గృష్ణుండు, నా ముందటన్
శత కోట్యాకృతులం గనంబడియెడున్ సర్వంబునుం దానయై, 5

చ. గెలిచితి నిర్జరేంద్రు, నుడికించితి వహ్నిఁ, గృతాంతుఁ గొట్టితిన్,
జలమున నైరృతిన్ విగత శౌర్యునిఁ జేసితి, వార్ధినాథునిం
గలఁచితిఁ, దోలితిన్ బవను, గర్వ మడంచితిఁ గిన్నరేంద్రునిన్,
జెలఁగి మహేశ్వరున్ స్వవశుఁ జేసితి నప్రతిమాన కీర్తినై. 6

ఉ. ఇంత మహాద్భుతం బెఱుగ నెన్నఁడుఁ, గృష్ణ ధను ర్విము క్త దు
ర్దాంత శరౌఘ తీవ్రతర ధాటికి డెందము దల్లడిల్లెడుం,
బంతములెల్ల హాస్యముల పాలుగ మద్భుజ విక్రమ క్రమం
బింతకు వచ్చె, దైవ కృత మెవ్వరి కైన హరింపవచ్చునే? 7

వ. అమ్మహాపురుషుండాదినారాయణుం డగుట తప్ప, దతనితోడి సంగ్రామంబు
వలన నెట్లయిన లెస్సయని ధైర్యంబుఁ దెచ్చుకొని, రోష భీషణాకారుండై, 8

ఉ. హార కిరీట కుండల ముఖాభరణోజ్జ్వలుఁడై , సహస్ర బా
హా రుచిరాయుధ ప్రకరుఁడై, బిరుద ధ్వజ ఘంటికా స్వనో
దార రథస్థుడై, తురగ దంతి రథాదిక చాతురంగ సే
నా రభటీ కఠోరతరుఁడై, పటహ ధ్వనులు ల్లసిల్లఁగన్. 9

తే. శోణ నగరంబు వెలువడి సురవిరోధి
ధరణి కంపింప నేఁతెంచి తాఁకుటయును
యాదవ బలంబు విక్రమం బతిశయిల్ల
మాఱుకొనిన రణం బతి ఘోర మయ్యె, 10

సీ. శర పరంపరలచే సైన్యంబు ప్రగ్గంగ
రథములు పఱపించు రథికవరులు,
రథికులపైఁ గుంజరములు దీకొల్పి గ
ర్వమునఁ దాఁకెడు గజవాహకులును,

గజవాహకుల మీఁద గంఖాణములఁదోలి
కత్తుల నఱకు రాహుత్తు గములు,
రాహుత్తులను బరాక్రమలీల శోభిల్లఁ
జేరి యీఁటెలఁ గ్రుమ్ము వీర భటులు,

తే. నగుచుఁ, బోరాడె రోషంబు లతిశయిల్ల,
నుభయ చతురంగ బలములు నుక్కు మిగిలి,
పలల ఖాదన భవ కుతూహల పిశాచ
కంఠ కోలాహలమున నాకసము పగుల. 11

వ. అప్పుడు,. 12

మ. హరిపై బాణుఁ డహంకృతిం గదిసి, బాహాపం క్తి నొక్కుమ్మడిన్,
శరముల్, తోమరముల్, గదల్, ముసలముల్, చక్రంబులున్ శూలముల్,
పరిఘుంబుల్, కరవాలముల్, పరశువుల్, ప్రాసాద నానాయుధో
త్కరముల్, శైలముఁ గప్పు మంచు పగిదిం గప్పట్టగా నేసినన్. 13

చ. భుజ బలశాలి మాధవుఁడు పూని ధనుర్గుణ టంకృతిన్ హరి
ద్గజముల కర్ణము ల్పగులఁగా నిశితార్ధశశాంక సాయక
వ్రజములు పింజపింజఁ గరువం బరఁగించి తమం బడంచు నీ
రజహితు లీల సాధన పరంపరలం దునుమాడి తీవ్రతన్. 14

బాణునిపై శ్రీకృష్ణ సుదర్శనాయుధ ప్రయోగము

మ. విజయోత్సాహము మోమునం మెదలఁగా విశ్వంభరుం డార్చి, య
క్కజమై తేజము దిక్కులన్ వెలుఁగ, నా గర్వాంధ దైత్యాబ్ధి ఘో
ర జవ స్పర్శనమున్ హరామర పర బ్రహ్మాది కల్యాణ కృ
న్నిజ సందర్శనమున్, సుదర్శనము నున్నిద్ర ప్రతాపంబునన్. 15

వ. ప్రయోగించిన, 16

మ. చటులంబై, చలిత క్షమా వలయమై, చంద్రార్క కోటి ప్రభా
ఘటితాశాంతరమై, చరాచర సమాక్రాంతాగ్ని కీలా సము
త్కటమై, చండత రాంశువై, చకిత ర క్షశ్చక్రమై, చక్ర మా
ర్భటితో వచ్చి, వియచ్చరుల్ జయ జయారావంబుతో మ్రొక్కఁగన్. 17

వ. సముద్దండ వేదండ ప్రకాండ శుండా దండ మండితంబును, గన త్కనక కంకణ కేయూర ముద్రికా నిచయ ఖచిత ప్రచుర మణి గణ మరీచి మాలికాలంకృతంబును, త్రైలోక్య భయంకర కారణ సౌభాగ్య రేఖాళీ కలితారుణ కరతలంబునుఁ, జంద్రశేఖర మనో రంజిత తాళ ప్రమాణ లయా లయ వ్యాప్తి విస్తార రంగ న్మృదంగ వాద్య ఘాత కారి ణ్యంగుళ్యాభిరామంబును, స క్తంచరీ కుచ కుంభ యుగళ చర్చిత తుహిన జల మిళ త్పటీర కర్దమ సురభి ఘుమఘుమాయమానంబును నైన బాహు సహస్రంబు నందుఁ జతుష్ట యావశిష్టంబుగా ఖండించివై చిన, ఝుంఝూ సమీరణ విక్షేప విదళిత శాఖా సహస్రంబై మోడ్పడియున్న మహా మహీరుహంబు చాడ్పునఁ, బురందర కరాంభోరుహ శుంభద్దంభోళి ధారా హత పక్షంబై యున్న కుంభినీధరంబు విధంబున నుండె నపుడు. 18

క. సురుచిర సుర నికర కరాం
బురుహ వికీర్ణ ప్రసూన పుంజము లొఱపై
హరిపైఁ గురిసెన్, మొరసెన్
వరుసన్ రంభాది నాట్య వాద్య రవంబుల్. 19

శివుఁడు కావించిన కేశవ ప్రస్తుతి

తే. అ వ్విరోచన పౌ త్త్రునియందుఁ జాలఁ
గరుణ గల్గుటఁజేసి గంగాధరుండు
పురుషసూ క్తంబు చదువుచు హరినిఁ జేరి
వినయ వాక్య ప్రయు క్తి నిట్లని నుతించె. 20

చ. అనఘుఁడ, వప్రమేయుఁడ, వనంతుఁడ, వాద్యుఁడ, వక్షరుండ, వ
త్యనుపమ చిన్మయుండవు, చరాచరజాల స మేత మైన యి
వ్వనజభవాండ పం క్తులు భవ జ్జఠరంబున నీదు మాయచే
జననము వర్ధనంబు నవసానము నొందుచు నుండు నీశ్వరా! 21

సీ. అఖిలాత్మ! నీ నాభియందు నాకాశంబు,
మునివంద్య! నీ పాదములను ధరణి,
సర్వేశ! నీ మానసమునఁ జంద్రుండును,
జలజాక్ష! నీ నేత్రముల నినుండు,

గాంభీర్యనిధి! నీముఖంబున నింద్రుండు,
మురహర! నీ కర్ణములను దిశలు,
నురగేంద్రశయన! నీ యూరువుల ననిలంబు,
ఘనమూ ర్తి! నీ మ స్తకమున దివము,
తే. ప్రబలమగుచుండు నుపనిష త్ప్రంచకమయ
దివ్య మంగళ విగ్రహ స్థితి వెలుంగు
నిన్ను భావించి సేవించి సన్నుతించి
కాంతు రనఘులు మోక్షంబు గమలనాభ! 22

క. అని, మఱియు బహు విధంబుల
వినుతించు శశాంకధరుని వినయోక్తులకున్,
జనిత ప్రమోద మానస
వనరుహుఁడై పలికె గరుడవాహనుఁ డెలమిన్. 23

ఉ. నీ దయ వీనిపైఁ గలిమి నిక్కువ, మింతియె కాదు వీఁడు ప్ర
హ్లాదునకుం బ్రపౌత్త్రుఁడు, త దన్వయ జాతుల నే వధింపఁగా
లేదటుగాన, జీవ మెడలింపక కాచితి, బాహు విక్రమో
న్మాద మడంపఁగావలసి మట్టున నుంచితిఁ జంద్రశేఖరా! 24

క. ప్రమథ గణంబులలో ను
త్తముఁడై భవదీయ సన్నిధానంబున మో
దముతోడ నుండఁగలఁ డీ
యమరాహితుఁ డింక నో పురాసురమథనా! 25

తే. అనుచు నానతి యిచ్చె, న య్యవసరమున
బాహువులతోన యజ్ఞాన బంధములను
వీడుకొని మాధవునిఁ జేరి వినయ ఫణితిఁ
జాగి మ్రొక్కుచు బాణుండు సంభ్రమమున. 26

బాణుఁడు శ్రీకృష్ణుని సన్నుతించి యుషానిరుద్ధుల నప్పగించుట

శా. మాయా మానుషమూ ర్తివై తనరు బ్రహ్మంబున్, శివాఁబ్జాసస
ధ్యేయున్, నిన్ను నెఱుంగలేక, యవినీతిన్ మాఱుకొన్నందుకుం

ప్రాయశ్చిత్తముగాఁగఁ జేసితివి, నా పాపంబు లోపంబుగా,
నా యజ్ఞానము వాసె నీ కరుణఁ గృష్ణా! గోపికా వల్లభా! 27

వ. అని మఱియుం బునః పునః ప్రణామ పూర్వకంబుగా బహు ప్రకారంబులం బ్రస్తుతించి, యుషానిరుద్ధకుమారులం గైసేసి తోడ్కొనిరమ్మని పరిచారకులం బంచిన, వారునుఁ దదీయ శుద్ధాంత కాంతా జనంబులకుం దెల్పిన, నవ్వధూవరుల నుచితోపచా రంబులం బ్రీతులంజేసి యలంకరించి రప్పుడు, 28

వియ్యాలవారికిఁ బ్రియోపచారములు

సీ. కంకణ ఝణ ఝణ త్కారానుగుణముగా
హ స్త పద్మములు నాట్యములు సలుప,
హ స్త పద్మముల నాట్యములతో నుద్దియై
గు త్తంపు గుబ్బలు కులికియాడ,
గు త్తంపు గుబ్బల కులుకుతో నైక్యమై
కంఠ హారంబులు గంతు లిడఁగఁ,
గంఠ హారమ్ముల గంతుల జతఁ గూడి
పిడికెడు నడుము దా బెళుకు సూప,

తే. విమల హరినీల రుచులతో వియ్యమంద,
మరుకుమారుని నును సోగ కురులయందు
లలిత చాంపేయ సురభి తై లంబు నించి,
యెలమిఁ దలయంటె నొక్క పూర్ణేందువదన, 29

క. సలుగిడియె నొక్క కోమలి,
మలయజ పంకం బలందె మఱి యొక్కతె, ని
ర్మల కనక కలశ జలముల
జలకం బొనరించెఁ గుసుమశర పుత్త్రునకున్. 30

క. తడియొ త్తె నొకతె, వలిపెపు
[1]మడుఁగులు కట్టంగ నిచ్చె మఱి యొక్కతె, యిం

1. మడుపులు (మూ)

పడరంగ నగరు ధూపం
బిడె నొక్కతె, పరిమళంబు లెంతయు నెసఁగన్. 31

తే. అర్ధ చంద్రోపమంబై న యతని నుదుట
దిద్దె నొక్కతె కస్తూరి తిలక, మదియుఁ
దనరెఁ గందర్ప కుసుమ కోదండ దండ
ఘటిత నీలోత్పలాస్త్ర సంకాశ మగుచు, 32

ఉ. ఒక్క లతాంగి మౌ క్తిక సముజ్జ్వల [1]హారములందు వజ్రపుం
జెక్కల తాళిబిళ్ల విలసిల్లఁగఁగూర్చి యలంకరింపఁ, బెం
పెక్కి తదీయ వక్షమున నెంతయుఁ జూడఁగ నొప్పె నయ్యెడన్,
జుక్కల గుంపులో మిగుల శోభిలు పూర్ణ శశాంకు కై వడిన్. 33

చ. శ్రవణ పదావిలగ్న మకర ప్రకటాభర ణోజ్జ్వలాస్య కై
రవ హితు లీల నా ఘనుఁడు రాజిలె, నీల రుచిం దళ త్తళల్
గవియఁ బ్రజానురాగ కర కంకణముల్ ప్రవహింపఁ జూచి గా
రవ గుణ సంప్రపూర్ణ జలరాశి కదా యని తజ్జ్ఞు లెంచఁగన్. 34

తే. నిలువుటద్దంబు ముందర నిలిపె నొకతె
యందుఁ బ్రతిబింబితంబైన యతని రూపుఁ
జూచి భ్రమనొంది యొక్కతె సురటి వీవఁ
జెలులు ఘొల్లున నగి రది సిగ్గువడఁగ, 35

సీ. సరస వృ త్త స్తని! గురులీల వరమహో
త్పల మాల రచియింపఁ బ్రౌఢ వమ్మ!
వర మహోత్పల వై రి వదన! నీ వంబరా
లంకృతి సేయ వలంతి వమ్మ!
యంబరోపమ మధ్య! యందబుగా ఘన
సారం బలందంగ జాణవమ్మ!
ఘనసార కచ! నీవు కంకణాభరణంబు
లందగింప వినోదురాలవమ్మ!

---

1. భారము (ము)

తే. యనుచుఁ బూర్ణేందు వదనల వ్యంగ్య వచన
రచనఁ జిఱునవ్వు మోముల రహి వహింప,
వినుత భూషణ భూషితాంగునిగఁ జేసి
రపుడు యదువంశ జలధి తారాధిపతిని. 36

క. కొందఱు చెలికత్తె లుషా
సుందరిఁ గై సేసి రపుడు సురుచిర భూషా
చందన కుసుమాదులచేఁ
గందర్పుని రాజ్యలక్ష్మి గతిఁ జెలువొందన్. 37

సీ. గిలుకుటందియలఁ జెక్కిన వజ్రములకుఁ బా
ద సరోజ నఖకాంతి తళుకు లిడఁగ,
బ్రతిలేని ముక్కరపైఁ గెంపులకు ముద్దు
మోవి చెంగావి మేల్మెసుఁగు దిద్ద,
నిగిడి చేర్చుక్కలో నీలంబులకుఁ గుంత
లచ్ఛాయ శృంగార లక్ష్మి నొసఁగఁ,
దాటంక మౌక్తిక తతికి మందస్మిత
రసము లావణ్య విభ్రమము నించఁ,

తే. గటక కేయూర రశనాది కనకమునకు
నమరు మై జిగి వన్నియ లతిశయింపఁ,
దొడవులకు నెల్లఁ దన మేను దొడవుగాఁగ,
రహి వహింపుచునుండె నా రాజ వదన. 38

మ. కమలాక్షుల్, తగ నవ్వధూవరుల శృంగారించి, రత్నప్రభా
విమలంబైన రథంబు మీఁద నిడి, ఠీవిన్ వల్లకీ వేణు శం
ఖ మృదంగాదిక వాద్య సంజనిత మాంగల్య ధ్వనుల్లాస్య కా
సమ మంజీర ఝుళం ఝుళ ధ్వనులు హెచ్చన్ రాజమార్గంబునన్. 39

మ. చనుదేరంగఁ బురంధ్రు లున్నత మహాసౌధమ్ముల న్నిల్చిహ
స్త నటత్కంకణ నిక్వణం బెసఁగ లాజల్చల్లి రాత్మావలో
కన నీలోత్పల దామ సంయుతములై కన్పట్టి కాంతి స్ఫుర
ద్ఘన నీలోత్పల మాలికా కలిత ము క్తాజాల లీలం దగన్. 40

చ. కలికి యొక ర్తు, వారలను గన్గొనఁ బోవుచుఁ గంఠ మాలికల్
గళమున [1]వై చుకొగఁ దమకంబునఁ గుబ్బల మీఁదఁ [2]జేరినన్
గులికెడు చూచుకంబులఁ దగల్కొని చూడఁగ నొప్పె నెంతయుం
బొలుపగు తంత్రులం బొలుచు పు త్తడికాయల వీణె కైవడిన్. 41

చ. అలికులవేణి యొక్కతె, సహస్ర దళంబు వినోదలీలఁ గో
మల కర పంకజాతమున మాటికిఁ ద్రిప్పుచు నేఁగుదెంచి, యిం
పలరఁగ నవ్వధూవరుల నయ్యెడఁ గన్గొనుచుండె, వేయుఁగ
న్నులు వలె వీరియందముఁ గనుంగొనఁగా నని తెల్పుకై వడిన్. 42

సీ. ఈ భాను తేజున, కీ కోక కుచకును
జెలిమి సంఘటనంబుఁ జేసినాఁడు,
ఈ చంద్ర వదనున, కీ చకోరాక్షికి
వెలయ నే స్తంబుఁ గావించినాఁడు;
ఈ మేఘ వర్ణున, కీ కేకి గమనకుఁ
గోరి సాంగత్యంబుఁ గూర్చినాఁడు;
ఈ పద్మ హ స్తున, కీ భృంగ వేణికిఁ
బ్రియ విలాసంబుఁ గల్పించినాఁడు;
తే. ఎంత నేర్పరి శారదా కాంతుఁ డహహ!
యిట్టి యనుకూల దాంపత్య మెఱిఁగి చేసె
ననుచుఁ, బుర భామినులు ప్రమోదాత్మ లగుచుఁ
గూడి, తమలోన ముచ్చట లాడి రపుడు. 43

వ. ఇట్లు చనుదెంచిన కూఁతు నల్లునిం జూచి, ప్రమోద రసభరిత స్వాతుండై బాణుండు, వారల కనేక రత్నాభరణ వస్తు వాహన ధేను దాస దాసీ జనంబుల నుపాయనం బొసంగి, వాసుదేవ సన్నిధికిం దోడ్కొని పోయి యప్పగించినం, గృత ప్రణాములై యున్న వారలఁ గనుంగొని యతండు. 44

క. కనికరపు ముదంబునఁ జ
క్కని కరములఁ గౌఁగిలించి, కాంతాయుతుఁడౌ

---

1. వైచుకోక, 2. జేర్చునన్(ము)

మనుమని, సుఖాన్వితుఁడవై
మను మని దీవించె, సబహుమానముగాఁగన్, 45

మత్తకోకిల.
గారవంబున మ్రొక్కుఁ గైకొని కౌఁగిలించెడివారలున్,
జేరి మ్రొక్కి త దాదరో క్తులచేఁ జెలంగెడివారలున్,
గోరి కన్నులు చల్లగాఁ గనుఁగొంచు నుండెడి వారలున్,
గూరిమిన్ బల ముఖ్యులున్, హితకోటియున్ బ్రమదంబునన్. 46

వ. అంత, 47

ఉషానిరుద్ధులకు వీడుకోలు

ఉ. బాణుని గారవించి, పురభంజను వీడ్కొని, శంఖ నాద ని
స్స్వాణ ధణం ధణల్ సెలఁగ, సామజ ఘోటక ముఖ్య వాహినుల్
శ్రేణులు గట్టి విక్రమ విజృంభణతన్ వెనువెంట రాఁగ, గీ
ర్వాణ విలాసినీ మృదు కరస్రుత సూన రస ప్లుతాంగుఁడై. 48

శా. కాంతం దోడ్కొని బ్రహ్మసూ సహితులై కందర్ప ముఖ్యుల్ మహా
సంతోషంబున నేఁగుదేర, యదువంశ స్వామి కల్లోలినీ
కాంతారాచల పట్టణావళు లనేకంబుల్ గనుంగొంచుఁ ద
త్ప్రాంత క్షోణిపతుల్ సువ స్తు నికరం బర్పించి సేవింపఁగన్. 49

వ. కతిపయ దినంబులకుం జని చని. 50

సీ. గోత్రాధిప ఖ్యాతిఁ గోమరారి యుండుట
సుర శైల రాజభూసురులఁ బోలి,
మకరాంక సంవర్తి మహిమఁ జెన్నొందుట
గగన కిన్నర వరాంగజులఁ బోలి,
ఘన రసాలంకృతుల్ గనుపట్టియుండుట
హర జటా సిద్ధ కావ్యములఁ బోలి
హరి చరణ ప్రభూ తాభిముఖ్యం బౌట
బలి దాన వన నాకములను బోలి

తే. రంగ దుత్తుంగ చటుల తరంగ నటన
భంగ కల్లోల జాల సంభ్రమ నినాద
పూరి తాశాంతరాళమై పొలుచు చున్న
పశ్చిమాంబుధిఁ గనియె, గోప ప్రభుండు. 51

క. కనుగొని మనమునఁ బెనగొను
ననురాగమువలన, వికసి తాననుఁడై, యిం
పెనయఁగ, నిష్ఠాలాపము
లొనరించుచు నరిగె, యాద వోత్కరములతోన్. 52

ఉ. వారిజలోచనుండు, యదువల్లభుఁ డేఁగుచుఁ గాంచె, ముందటన్
ద్వారకఁ, జంచలాంచిత లతా కలి తాసిత మేఘ మాలికా
కార విలాస కృత్సరస కంజముఖీ నికరప్రచార వి
స్తార సురేంద్ర నీల ఖచిత స్ఫుట హర్మ్య కదంబ ధారకన్. 53

ద్వారకకు ఉషానిరుద్ధుల యాగమనము

ఉ. అంతకుమున్న, కృష్ణుని జయం, బభియాతి పరాజయం, బుషా
కాంతయు బుశ్యకేతుఁడు సుఖస్థితి వచ్చుట, యాదియైన వృ
త్తాంతము, చార సూ క్తిఁదెలియన్ వసుదేవుఁడు, పౌరకోటి, శు
ద్ధాంత జనంబులున్ విని మహా ప్రమదాంబుధి నోలలాడుచున్. 54

వ. పట్టణంబు శృంగారంబు సేయించిన. 55

సీ. ఘనసార కస్తూరికా జలాసారంబు
చెలువంపు వీథులఁ జిలుకరించి,
గమకంబులైన ము క్తా ఫలంబులతోడ
లీలతో రంగవల్లికలఁ దీర్చి
[1]వరరత్న భూషణాంబర సుగంధద్రవ్య
పుంజంబు లంగళ్ల ఁ బొందుపఱిచి,
కదళికా స్తంభముల్ ఘన చిత్ర పటములు
నుభయ పార్శ్వములఁ బెంపొంద నునిచి.

1. నవరత్న (ము)

తే. ద్వారములయందుఁ దోరణావళులు గట్టి,
పరిమళము మించు నగరు ధూపములు వైచి,
నృత్త గీత వాద్యాదుల నెఱఁపఁ జేసి,
యమిత శృంగార మొనరించి రప్పురంబు, 56

ఉ. భూసుర వేదనాదములఁ, బుణ్య సతీజన మంజులోక్తులన్,
భాసుర నృత్త గీత రస బంధుర రావములం, బురీ వనీ
వాస శుకానులాపముల, వారణ బృంహిత వాజి హేషలన్,
శ్రీ సముదంచితం బగుచుఁ జెల్వు వహించెఁ, బురంబు నవ్యమై. 57

తే. అట్లు శృంగారితము చేసి, యఖిల జనులు
గంధ పుష్పాక్షతా ద్యలంకరణు లగుచు
నెదురుగా నేఁగుదెంచి రమేశుఁ గాంచి,
మ్రొక్కి యనిరుద్ధుఁ గొల్చి ప్రమోదులైరి. 58

క. పురలక్ష్మి, సరసతర నిజ
సరసీ తామరస రస లస న్మృదు లీలా
సురభి పరిభోగ పవనాం
కుర మిషమున, హరికి నెదురుకోలు వహించెన్. 59

ఉ. గోపుర శాతకుంభమయకుంభ పయోధర కుంభ జృంభణల్
చూపుచు, సౌధ యూథ పరిశోభిత హీర దరస్మితంబు లు
ద్దీపన సేయుచున్, జలదుదీర్ణ పటాగ్ర పతాకహ స్త వి
క్షేపణ సన్నసేయుచు, వశీకృత చి త్తునిఁ జేసెఁ గృష్ణు, ని
ట్లా పురలక్ష్మి కాంతునిఁ బ్రియాంగన మోహితుఁ జేయు కై వడిన్. 60

పురకాంతల పూల జల్లులు

వ. ఇ వ్విధంబునం బ్రకల్పిత శృంగార తరంగ రంగ ద్రంగవల్లీ ప్రయు క్త ము
క్తాఫల తారకాలంకృతంబునుఁ, గుట్టిమ రేఖా స్థగిత ప్రదీ ప్త హీర ద్యుతి
వితత కౌముదీ రమ్యంబును,సకల జన నయన కువలయ వికాస హేతుకంబును
నైన రాజమార్గంబున, యదుకుల పయః పారావార చంద్రుం డగు దేవకీనందనుం
డరుగుచున్న సమయంబున, 61

ఉ. బంగరు పళ్లెరంబులను, బద్మముఖుల్ ఘనసార దీపికల్
రం గమరంగ నించి, మణి రాజిత కంకణ హ స్త వల్లులన్
సంగతి నుంచి త్రిప్పుచును, సారెకు మంగళకై శికన్ 'జయం
మంగళ' మంచుఁ బాడిరి, సమంచిత పంచమనాద వై ఖరిన్. 62

తే. నందకాయుధునకు శోభనం బటంచు
నగర కాంతలు నీరాజనంబు లిడుట
కల పతాకహ స్తంబుల నభినయించెఁ
బుర రమాదేవి, భరత విస్ఫురణ దెలిసి. 63

క. నిరుపమ విమాన పం క్తులు
గురతర మణి హర్మ్యములునుఁ గూడి వెలుంగన్
సురకాంతలుఁ బురకాంతలు
సరి చల్లెడు విరుల వాన జడియై కురిసెన్. 64

వ. అప్పుడు. 65

సీ. తాళకేతన సముద్య త్కాంచన స్యంద
నారూఢుఁడై నవాఁ డతనిఁ జూడు,
నాగాంతక ధ్వజోన్నత హేమమయ శతాం
గారోహణుండై న యతనిఁ జూడు,
మకర పతాకాసమాన గాంగేయ ర
థాసీనుఁడై యున్న యతనిఁ జూడు,
వర ఋశ్యకేతు సుందరమైన కనకంపు
టరదంబుపై నొప్పు నతనిఁ జూడు,

తే. మతఁడు బలరాముఁ, డతఁడు మురాసురారి,
యతఁడు కుసుమాయుధుం, డతం డతని తనయుఁ
డనుచు నొండొరులకుఁ దెల్పుకొనుచు నుండి
ర ప్పురంధ్రులు, గగన గృహాంతరముల. 66

ఉ. కై రవిణీ ప్రియేశు వెనుకం జను రోహిణి లీల, నింపు సొం
పారఁ, బ్రసూనసాయక సుతానుగతిం జనుదెంచు, న య్యుషా

వారిజగంధి, నంచిత సువర్ణ లతా సమ మోహనాంగి, శృం
గార రసంపు బొమ్మఁ, బొడఁగాంచి పురంధ్రులు సమ్మదమ్మునన్ 67

వ. తమలో నిట్లనిరి: 68

ఉ. తేనియలూరు కెంపు సుదతీమణి వాతెఱ, చంపక ద్రవం
బానెడి తేఁటి గుంపు విమలాంగి కచంబు, సదా వికాసముల్
పూను సరోజముల్ చిగురుబోఁడి కనుంగవ, జోక యెప్పు డున్
మానని చక్రవాకములు మానిని చన్నులు, చూడుమా సఖీ! 69

చ. కలువల పేరు పేరుకొనఁగాఁ గుముదమ్ములు, మన్మథాంబకం
బులు గణుతింపఁగా విషముల్, కమలమ్ముల పుట్టుపూర్వముల్
దెలియఁగఁ బంకజాతములు, తేరి కనుంగొనఁగా మెఱుంగుఁ దీఁ
గెలు చపలంబు, లన్నియు సఖీమణి కన్నులఁ బోలనేర్చునే? 70

క. కల దనుచును, లేదనుచును
బలుమఱు వాదంబు లేల? పని లేదింకన్;
గలదనుటకు లేదనుటకుఁ
దలపంగా నడుము, నడుము తరుణీమణికిన్, 71

మ. చెలువంబై కళలన్ వెలుంగు, హుంరుమంజీదేశపున్ ము త్తియం
బులతోఁ గూర్చిన చేరుచుక్క నొసటన్ బొల్పొందు నెమ్మోమునీ
చెలి కెంతందము! చూడరమ్మ! రుచి రా శ్లేషా సమాయు క్త ని
ర్మల రాకా తుహినాంశు మండలము సామ్యం బై ప్రకాశించుటన్. 72

చ. పురుషులలో నపూర్వ రస పూర్ణ శరీర మనంగసూతికిం,
దరుణులలో సమాన రహితంబగు రూపము బాణపు త్రికిన్
సరసముగా సృజించి, యిటు సమ్మతి నిద్దఱఁ గూర్చినట్టి, యా
సరసిజగర్భుఁ డెంత గుణశాలి తలంపఁగఁ బాటలాధరా! 73

వ. అని యనేక ప్రకారంబులం గొనియాడుచు నదియె ముచ్చటఁగా నుండి
రప్పుడు, పురుషో త్తముండు భేరీ మృదంగాది వాద్యంబు లును, శంఖ
కాహళ వేణు ప్రముఖ తూర్యంబులును, బోరుకలఁగ, మహా వై భవంబున
నరిగి నిరంతర విహార్యమా ణేందిరంబగు మందిరంబుఁ బ్రవేశించి, యమాత్య

జ్ఞాతి సామంత బంధు మిత్రాది పరివారంబుల దివ్యాంబ రాభరణ తాంబూలాది వస్తు ప్రదానంబులం బ్రహృష్ట మానసులం జేసి, యుచిత ప్రకారంబులం ద త్తగ్గృహంబులకు వీడుకొల్పి, యంతఃపురంబులకుం జని యిష్టోపభోగంబు లనుభవించుచుండె. అ య్యనిరుద్ధ కుమారుఁడు నుషా సమేతుండై దేవకీ వసుదేవులకు, రేవతికి, రుక్మిణీ సత్య భామా జాంబవతీ కాళిందీ మిత్రవిందా సుదంతా భద్రా లక్షణాదులైన ముత్తైదువులకుఁ, దన తల్లులైన రతీ శుభాంగులకుఁ బ్రణామంబులు చేసిన, వారునుఁ బరమానంద రస ప్రహి తాంతరంగులై, య వ్వధూవరుల నాలింగనంబులఁ జేసి యనేక విధంబుల దీవించిరి. అతండును, నిజ వియోగ వేదనా భారంబునఁ గృశీభూతయై యున్న రుక్మలోచన ననేక విధంబుల గారవించి సంప్రీత మజ్జన భోజనాదులఁ దృప్తుండై బాణనందనా సురత సంభోగా నంద నిరతుండై యుండి, 74

అనిరుద్ధుని దక్షిణనాయకత్వము

సీ. సారస సంసార సరస రసాసార
సౌరభాన్విత సర శ్చారణముల,
సాల లీలాలోల ఖేల దేలా లతా
జాల డోలా కేళి లోల గతులఁ,
గింజల్క రంజిత మంజీర పుంజ మం
జుల వంజుల నికుంజ సుమనసములఁ,
గుంద బృంద మరంద బిందు సేందిందిరా
మంద నాద శ్రుతానందములను,

తే. గౌర ఘనసార నీహార నీర పూర
సార చారు పటీర చర్చా సుఖాప్తి
[1]కోక కోకిల శారికానీక కేకి
శౌక లోకాకర వనావలోకనముల. 75

శా. ప్రాంచ త్కాంచన నూత్న రత్న ఖచిత ప్రాసాద దేశంబులం
బంచాస్త్ర ప్రియనందనుండు, సురత ప్రాపంచిక వ్యా ప్తిఁ, గ్రీ

1. కోక కోకిల శారికా కేకి నికర (ఆ కా)

డించుస్ దక్షిణనాయకత్వమునఁ బ్రౌఢిన్ రుక్మనేత్రా మన
స్సంచారుండును, బాణదైత్య తన యాసక్తాంతరంగుండునై 76

సీ. కుచ కుంభ యుగముఁ బై కొని కేల నంటుట
నై రావతము నెక్కి యాడినట్లు,
కదియించి నెమ్మేనుఁ గౌఁగిట నలముట
హరిచందనము మేన నలఁదినట్లు,
సు నయో క్తి వీనులు సోకుట నప్సరో
వీణా నినాదంబు వినినయట్లు,
[1]బింబి కాధర చూషణంబు సేయుటయు సు
ధాసారపానంబు చేసినట్లు

తే. సౌఖ్య మొదవంగ నిచ్చ నిచ్చలును బాణ
కన్య సంభోగ మింద్రభోగంబు గాఁగ,
సతత విభవానుభవ తృణీకృత పురంద
రుం డగుచు నుండె, న య్యనిరుద్ధ విభుఁడు. 77

వ. అంత. 78

తే. మంద గతులకు నత్యంత మందగతియు,
మంజులో క్తుల కతిశయ మంజులంబు,
మెఱుఁగు మేనికి మిక్కిలి మెఱుఁగు నగుచుఁ,
బుష్పగంధికి నీళ్లాడఁ బ్రొద్దులయ్యె, 79

ఉషాసుందరికి కుమారోదయము

వ. అంత 80

శా. స్వ క్షేత్రంబుల నుచ్చరాసుల హిత స్థానంబులన్ దీ ప్తులై,
యక్షీణుండగు చంద్రుఁ జూచుచు దినేశాదుల్ చరిపంన్, సమ
గ్ర క్షేమంకర లగ్న వేళ శుభ బుక్షంబందు రాజాంశఁ బ
ద్మాక్షీరత్నము పుత్త్రుఁగాంచె హరి పూర్ణాంశావతీర్ణాంగునిన్. 81

1. బింబాధరము చూషణంబు సేయుట సుధ
నానందమునఁ జూరలాడినట్లు (అ)

క. సుర దుందుభి నాదంబులు
సుర కర నిర్ముక్త కల్ప సుమ వర్షంబుల్
సుర రమణీ నాట్యంబులు
సుర గాయక గానములను శోభిత మయ్యెన్. 82

ఉ. యాదవ వృష్ణి భోజకులు లందఱు వేడుకలం జెలంగి, ర
త్యాదర వృత్తి బాణతనయా రమణుండు, సువర్ణ ధేను ర
త్నాది సమస్త వస్తువు లనంతముగాఁ జెలరేఁగి యిచ్చి, పృ
థ్వీ దివిజేంద్ర కోటులను దృప్తులఁ జేసి, కృతావగాహుఁడై. 83

క. లౌకిక వైదిక రీతులఁ
గై కొని పుత్త్రోత్సవంబుఁ గావించి, యతం
డేకాదశ దినమున విభ
వాకరముగ నామకరణ యత్నముఁజేసెన్. 84

క. వజ్రాది భూషణుండును
వజ్రాంగుఁడు వై రి వీర వసుధాధర భి
ద్వజ్రుఁడునై మెలఁగెడు నని
వజ్రుండని నామ మిడిరి వర విప్రోక్తిన్. 85

వజ్రకుమారుని శైశవ క్రీడలు

సీ. చూడఁగా నేర్చె, విస్ఫుట కృపామృత రసం
బు కటాక్ష వీథులఁ బూనుకొఱకు,
నడుగు చాఁపగ నేర్చె, నఖిల రాజన్య కి
రీట దీప్తు లలంకరించుకొఱకుఁ,
జేతు లాడింప నేర్చెను, వదాన్య క్షాత్ర
విద్యా ప్రవీణత వెలయుకొఱకుఁ,
దలయె త్త నేర్చె, మధ్యమ [1]జగన్మండనై
కాతపత్రచ్ఛాయ నమరుకొఱకుఁ,

తే. బలుక నేర్చె, సరస్వతీ ప్రకట నాట్య
రసమునకు రంగ ర క్తుల నొసఁగుకొఱకు

1. జగన్మండ నై కాంత పత్ర (ము)

కడఁగి నడుపంగ నేర్చెను గలి యుగాది
మ ప్రభుత్వ ధర్మంబు మలుపు కొఱకు 86

వ. మఱియు, న బ్బాలకుండు ముక్తామణి నిచయ ఖచిత కలాప కాకపక్షాలంకృత విశాల ఫాలకుండును, నంజన రేఖా రంజిత కర్ణాంత విస్తీర్ణ నేత్రుండును, ద ప్త చామీకర ముకుళీకృత శార్దూల నఖాభరణ కమనీయ కంబు కంధరుండును, నంబర నితంబ బింబాలంబిత కనక కటి సూత్ర కలిత కింకిణీ క్వణ నాదాభిరాముండును, మణిమయ మంజీర శింజా సముజ్జ్వల చరణ యుగళుండునునై, ముద్దుచూపుచుఁ దల్లిదండ్రులుఁ దాతముత్తవలుం బ్రపితామహ ప్రపితామహీ సమూహంబులు గారాబంబు సేయుచుండ, ననుదిన ప్రవర్ధమానుండై పెరుగుచుండం దదీయ సౌకుమార్య మందహాస మృదు వచన సంచరణాదుల కానందంబు వహించుచు, న య్యనిరుద్ధుండు సుఖోన్నతుండై యుండి. 87

మ. గత గర్వంబునఁ బ్రాంత దేశ ధరణీ కాంతుల్ భజింపంగ, ద
ర్పితులై కొందఱు దూర భూవరులు నిర్భీతిం జరింపన్, మహో
న్నతి దండెత్తి జయించి, లోఁబఱిచి, యాజ్ఞాసిద్ధి గావించెఁ దాఁ
జతురంభోనిధి మధ్య ఖండ నవక చ్ఛపన్న దేశంబులన్. 88

ఉ. అన్య నృపాలకుల్, స్వవశులై కొనివచ్చి యొసంగు వస్తువుల్,
కన్యలు, రత్నముల్, హరులు, గంధగజంబులు, నాదిగాఁగ సౌ
జన్యతఁ దెచ్చి, తాత కనిశంబునుఁ గానుకలిచ్చి, యా జగ
న్మాన్యునిచేత దీవెనలు మన్నన లందుచు నుండి, వెండియున్. 89

సీ. వసుదేవ బలదేవ వాసుదేవాదుల
యనుమతి వడసి యత్యంత నియతి
రాజసూయమ్ము, తురంగమేధము నాది
గాఁగ ననేక యాగములు చేసి
యందు నాహూతులైన యల పురుహూతాదు
లాత్మభాగ హవిస్సు' లాహరింప,
నాజ్య ప్లుతంబుగా నన్న భక్ష్యాదులు
నవ్వారిగాఁగ సమ స్త జనుల

తే. కిడుచు, నధ్వర్యు ముఖ్యుల కెలమి ధేను
భూ హిరణ్య రత్నాదుల భూరిగాఁగ
దక్షిణ లొసంగి రాజులఁ దగు విధముల
నంపకము చేసి కీర్తుల నతిశ యిల్లె. 90

సీ. అసమాన సంప్రదాయక శుద్ధిఁ జెలువొందు
తండ్రి తాతల మహ త్త్వంబుఁ జూచి,
యష్ట దిక్కులయందు నాక్రాంతమైన స
త్కీర్తి ప్రతాప విస్ఫూర్తిఁ జూచి,
కుల రూప గుణములఁ గొనియాడఁగాఁ దగు
దేవుల యనుగుణ స్థితులఁజూచి,
వర్ధిష్ణుఁడై శై శవంపు ముద్దులుఁ గుల్కు
తనయుని యందచందములఁ జూచి,

తే. దాన భోగాదులై న సద్వ్యయములందుఁ
బాలుపడియున్న యర్థ సంపదలఁ జూచి
భూ ప్రజలు వేయు నో ళ్ల నుఁ బొగడుచుందు
రెంత ధన్యాత్ముఁ డీ యుషాకాంతుఁ డనుచు. 91

నారదముని వజ్రుని సాముద్రికా శుభ లక్షణములను గొనియాడుట

వ. ఈ సమయంబున, 92

క. నారదుఁడు, సకల శాస్త్ర వి
శారదుఁడు, శరీర విజిత శారద వేళా
నీరదుఁడు, ముఖ నివేశిత
శారదుఁ డేతెంచె, దనుజ సంహరు కడకున్. 93

క. వనజాతనయనుఁ బొడఁగని,
వినుతులు గావించి, యతని వినయంబులచే,
ననుమోద మానసుండై
యనిరుద్ధుం డున్న కడకు నరిగిన నతఁడున్. 94

తే. ఎదురుకొని వందనముచేసి హేమ పీఠ
మునను గూర్చుండఁ బెట్టిన మునివరేణ్యుఁ
డాదరంబున దీవించి యతనితోడ
నుచిత సల్లాపములు సేయుచుండి యుండి. 95

తే. ముద్దుగుల్కెడు మరువంపు మొలక యనఁగ,
శ్రీలఁ జెలువొందఁగల నెలబాలుఁ డనఁగ,
గుదురు చక్కని సింగంపుఁ గూన యనఁగ,
మీఱు మారు కుమారు కుమారుఁ జూచి, 96

క. రమ్మని డాయం బిలిచి, న
యమ్మున, నమ్మని నిజాంకమం దునిచి, తదీ
యమ్మగు సాముద్రిక చి
హ్నమ్ములు దెలియంగఁ జూచి యనిరుద్ధునితోన్: 97

సీ. భుజ నేత్ర నాసికంబులు జాను హనువులు
నైదు దీర్ఘములు, గోప్యాంగ కంఠ
జంఘలు మూఁడు హ్రస్వములు, ఫాలము రొమ్ము
కటి మూఁడు వెడఁదలు, కంఠ నినద
మును నాభి కందంబు మూఁడు గంభీరముల్,
ఫాల కటి స్కంధ బాహు కుక్షి
ముఖము లా ఱున్నతంబులు, జత్రు గుల్ఫ త్వ
గంగుళి చరణంబు లైదు సూక్ష్మ

తే. ములు, దృగంత జిహ్వాధరములును నఖర
తాలు కర రేఖ లాఱు ర క్తములు నైన
యట్టి మానవుఁ డధిక భాగ్యాన్వితుండు
గా నెఱుంగుము, కుసుమ మార్గణ కుమార! 98

సీ. వరలీల దక్షిణావ ర్త రేఖాయుత
భ్రూ మధ్యుఁడు సమ స్త భూమి నేలు,
నైదు రేఖలు ఫాలమం దున్నవాఁడు దీ
ర్ఘాయు స్సమన్వితుం డై నవాఁడు,

ఊర్ధ్వ రేఖలు పాద యుగళంబునందుఁ బెం
పొందు మానవుఁ డుత్తమో త్తముండు,
తనర ముప్పదిరెండు దంతముల్ గల్గిన
యట్టి నరుండు భాగ్యాధికుండు,

తే. కంబు సన్నిభమైనట్టి గళమువాఁడు
విలసితంబగు కీ ర్తుల వెలయువాఁడు
కఠిన మగు హ స్తతలములుఁ గడు మృదుత్వ
చరణములు గల్గు మనుజుఁ డై శ్వర్యయుతుఁడు. 99

తే. చారు చరిత! సాముద్రిక శా స్త్రమందు
నిట్టి లక్షణములు చాల నెన్నఁబడియెఁ
గానఁ, బురుషునిఁ గనుఁగొన్నఁ గానవచ్చుఁ
బండితులకు ననాగత భాగ్య గతులు. 100

వ. శ్రీమన్నారాయ ణాంశోదయుండైన యి వ్వ్రజ కుమారుని శరీరంబున నిటువంటి శుభ లక్షణంబు లనేకంబు లున్నయవి. కావున నీతండు మహా భాగ్యవంతుడును, సకల దిగంత విశ్రాంత కీ ర్తిమంతుడును, విద్యా వినయ సంపన్నుండును, వంశ వర్ధనుండునై, కలియు గాదిమ ప్రభుత్వ సింహాసనారూఢుండై, సామంత భూపతులు తన పంపు సేయఁ గృతయుగ లక్షణంబున ధర్మంబు చతుష్పాద పూర్ణ ప్రవర్తంబుగా, వసుంధరా చక్రం బనేక సంవత్సరంబు లశాత్రవంబుగాఁ బాలింపఁగలవాఁడును; భగవ త్స్వరూపుండవు, నాదిగర్భేశ్వరుండవు, బ్రహ్మజ్ఞాన నిధివి, నగు నీవలన జన్మించిన తనయుం డుత్తమ పురుషుఁ డగుట స్వాభావికంబ కదా! యని పలికినఁ గంధర్వ నందనుండు మందహాస ముఖుండై, మునిపుంగవున కిట్లనియె: 101

క. మీ యాశీర్వచనంబులు
మాయం దనుగతము లగుట మాకున్ సకల
శ్రేయో గుణ సంపాద్యము
సేయుటకు [1]నిదాన మగుట సిద్ధము కాదే! 102

1. నిధానము (ము)

క. అని సాంత్వన వచనంబుల
నసురాగ మొనర్చుచున్న యనిరుద్ధ విభున్,
సునయోక్తు ల దీవించుచుఁ
జనియెన్ నారదుఁడు దివికి జగతీనాథా! 103

సీ. సరస సంగీతంబు, సంయు తాసంయుత
హస్తాభినయము, భావాభిరామ
వీక్షణ భ్రూ లతా విభ్రమంబు, సపాద
తత్కాల కల్పిత తాళమాన
మైన లాస్యంబు, కాత్యాయనియొద్ద బా
ణాసుర తనయ తా నభ్యసించె
నదిగాన, ద్వారకయందుఁ ద ద్విద్యాభి
లాషఁ బ్రార్థించు విలాసినులకు
తే. దృఢముఁ గావించె, సౌరాష్ట్ర దేశ చంద్ర
వదన లా నీలవేణులవలన నేర్చి,
రా లతాంగులుఁ దెలుప, నంతంత కఖిల
దేశములు సర్వజన వచఃస్థితిని వెలసె 104

సీ. తన కీ ర్తి చంద్రికా తతి నిండి కృష్ణ ప
క్షంబులు శుక్ల పక్షములు సేయఁ,
దనదు రాజత్వ మింపున సర్వకాలంబు
నందును గువలయానంద మొసఁగఁ,
దన కరంబులు జడత్వమునను భువన ప్ర
జానురాగంబులునై వెలుంగఁ,
దన వ ర్తనంబు మిత్ర సమాగమందున
సంపూర్ణ కళలచేఁ బెంపు వడయఁ,
తే. దన విలాసం బఖండ సౌందర్య మహిమ
నిష్కళంక స్వభావమై నివ్వటిలగఁ
జంద్రునకుఁ జంద్రుఁ డనఁదగు సద్గుణముల
చేత, ననిరుద్ధుఁడు జగత్ప్రసిద్ధుఁడయ్యె. 105

వ. ఇవ్విధంబున, న మ్మహానుభావుండైన యనిరుద్ధుడు మహైశ్వర్య సమృద్ధుఁడును, సకల భోగానుభవ సిద్ధుండును, వేదోక్త కర్మానుష్ఠాన పరిశుద్ధుండునునై, సంసార బద్ధుండునుం బోలియుండె; నిర్గుణంబును, నిశ్చలంబును, నిరుపమానంబును నైన పరబ్రహ్మం బద్వితీయంబయ్యును, బహు నామరూపంబులఁ బోలుచుఁ జరాచరంబులయందు జీవాహ్వయుండై పూసలలో దారంబు కై వడిఁ బ్రవర్తించుచుండఁ, ద త్తత్కర్మాను గుణంబులైన శరీరంబులకు ననుభవంబులగు సుఖాసుఖంబులఁ బొరయక జపా కుసుమ సాంగత్యంబున స్ఫటికంబు స్వచ్ఛ ధవళంబయ్యును మిథ్యా ర క్తవర్ణంబైన తెఱుగున, లిప్తుండునుం బోలె నజ్ఞుల హృదయంబునకుఁ దోచుచుండు ననియు, జ్ఞాన సిద్ధి లేమింజేసి దేహి కర్మావృతుండై తన స్వరూపంబుఁ దాన తెలియనేరక తా నన్యుండని యహంకార మమకారంబులం బొంది బద్ధుండగు ననియును, నిద్రా కాలంబున స్వప్న లబ్ధంబైన సంచారాదులు నిద్ర మేల్కొనిన యప్పుడు మిథ్యలై తెలియం బడినయట్లు, జ్ఞానవంతుండైన యప్పుడు తన ధావంతంబు నిస్సారంబని యాత్మయందు భేద బుద్ధి లేక సర్వ సమత్వంబున 'సర్వంబును బ్రహ్మ మయంబు, ప్రపంచం బస్థిరం' బనితలంచి, 'బ్రహ్మైవాహమ్మ' ను వేదాంత సార వచనార్థంబు కేవల దృఢంబు గావించి, యెఱుకఁ గలిగిన పురుషుండు తానై సాయుజ్య సిద్ధుండగు ననియు నిశ్చయించి, యాత్మానుసంధానంబు సేయుచు, జనకుని కై వడి నాత్మజ్ఞానియై, సుఖంబు లనుభవించుచుండె నని పలికి, మఱియు నిట్లనియె; 106

శా. నీలాభంబును, వర్తులాకృతియుఁ, జిహ్నీభూత రాజీవ పృ
ష్ఠాలంకారము, పార్శ్వ చక్రము, త్రిరేఖాంచ న్ముఖోపాంతమై,
సాలగ్రామ సమాకృతిం బొడమి, పూజల్ గాంచి యిచ్చుం గృపా
శీలుండై యనిరుద్ధమూర్తి సకల శ్రీలున్ బుధ శ్రేణికిన్. 107

క. ధారుణిలోపల శ్రీమ
న్నారాయణు నంశఁ బొడమి, నయ గుణములఁ బెం
పార ననిరుద్ధ నామము
సారం బని తలఁచునతఁడు సౌఖ్యము గాంచున్. 108

వ. అనియు, న మ్మహా పురుష గుణంబులు కొనియాడి, శుకయోగి పరీక్షిన్నృపాలున కిట్లనియె: 109

ఫలశ్రుతి

క. జననాథ! యిట్లు నాచే
వినిపింపఁగఁబడిన రస వివేక నిధానం
బనిరుద్ధచరిత్రము, వ్రా
సినఁ, జదివిన, వినిన, నరునిఁ జెందు శుభంబుల్. 110

చ. అని, వివరించినన్ ముదితుఁడయ్యె ధరావరుఁ డంచు, సూతుఁడిం
పొనరఁగ శౌనకాదులగు యోగివరేణ్యులతోడఁ దెల్పినన్,
జనిత ఘన ప్రమోద రస సంభృత మానసులై ప్రియంబునన్
వినుతులుచేసి రక్కథకు, వేమఖు, మత్కృతి రాజ్య నాయకా! 111

క. ఈ యనిరుద్ధ చరిత్రము
శ్రేయస్కర మగుచు సుజన జిహ్వాగ్రములన్
బాయక యాచంద్రార్క
స్థాయి యగుచు సుప్రసిద్ధిఁ దనరుంగాతన్! 112

ఆశ్వాసాంత పద్యగద్యములు

మ. శయనీభూత భుజంగ! సంగర జయశ్లాఘా! నిరాఘాట ధై
ర్య యుతోత్తుంగ! విహంగపుంగవ తురంగారూఢ! దివ్యాంగ! పా
ద యుగారాధక గోత్ర భంగ! నిగమాంత జ్ఞాన శుద్ధాంతరం
గ! యతి వ్రాత ముఖాబ్జ నూతన పతంగా! [1]మంగళాద్రీశ్వరా! 113

క్రేంకార కింకిణీ యుత
టంకార జ్యా లతా నట చ్చాప జితో
ద్ధుంకార సముఖ వీరా
హుంకారా! సకల భూషణాలంకారా! 114

తోటకము

మన్మథ కోటి సమాన విలాసా!
సన్ముఖ నిర్జిత చంద్ర వికాసా!

---

1. మంగ ళాధీశ్వరా (ము)

చిన్మయయాప విశిష్ట నివాసా!
జన్మమయావహ సద్గుణ భాసా! 115

గద్యము

ఇది శ్రీ మంగళాచల నృసింహ కృపా ప్రసాద సంప్రా ప్త
విద్యా వైభవ, కనుపర్తి రాయనమంత్రి తనూభవ,
సుజనహిత కృత్య నిత్య, యబ్బయామాత్య
ప్రణీతంబైన, యనిరుద్ధచరిత్రంబను
ప్రబంధంబునందు సర్వంబును
బంచమాశ్వాసము
సమాప్తము.

ఎమెస్కో సంప్రదాయ సాహితి